అర్జున్ - ది వండర్ బాయ్
పార్ట్ - I

D9900366

OrangeBooks Publication

Smriti Nagar, Bhilai, Chhattisgarh - 490020

Website: **www.orangebooks.in**

First Edition, 2022

ISBN: 978-93-5621-045-5

అర్జున్ - ది వండర్ బాయ్

పార్ట్-I

వెంకట ఉదయ భాస్కర్ కోపల్లె

OrangeBooks Publication

www.orangebooks.in

అమ్మల గన్నయమ్మ ముగురమ్మలమూలపుటమ్మ చాల బె
ద్దమ్మసురారులమ్మ కడుపారడి బుచ్చిన యమ్మదన్నులో
నమ్మినవేల్పుటమ్మల మనమ్ములనుండెడియమ్మ దుర్గమా
యమ్మ కృపాబ్ధి యిచ్చుత మహత్వ కవిత్వ పటుత్వ సంపదల్

సదా నింబవృక్షస్య మూలాధివాసాత్

సుధా స్రావిణం తిక్త మప్యప్రియంతమ్

తరుం కల్పవృక్షాధికం సాధయంతం

నమామీశ్వరం సద్గురుం సాయినాథమ్

ఈ నవల రాయడంలో తన సహాయ, సహకారాలు
అందించి, నాకు తోడునీడగా నిలిచిన నా భార్య రుక్మిణి
మోదాదేవికి నా కృతజ్ఞతలు.

దేశంలో ఇంకో 6 నెలల్లో ఎన్నికలు రాబోతున్నాయి. అప్పటివరకూ ఉన్న ప్రభుత్వం మీద ప్రజలకెన్నో ఆశలున్నా, అనేక పార్టీలు కలిసి ఏర్పడ్డ ప్రభుత్వం కావడంవల్ల, అవేవీ నెరవేరలేదు. కొందరు ఎలాగైనా అధికారం సంపాదించాలని, రాజకీయ వ్యూహాల్ని రూపొందిస్తున్నారు.

కేరళలో ఒక ప్రాంతంలో అక్కడి రౌడీలు, గూండాలందరూ సమావేశమయ్యారు. వారందరినీ ఉద్దేశించి, రౌడీ సత్తి "మీరందరూ ఒక చోట సమావేశమవ్వడం చాలా బాగుంది. ఇలాగే మీరందరూ కలిసి పనిచేసి, దేశంలో మేము అధికారంలోకి రావడానికి కృషి చేయాలి!". ఇప్పటివరకైతే రౌడీ సత్తి, తెలుగు రాష్ట్రాలలోనే పరిచయస్తుడు. కేరళలోని వాళ్ళకి పరిచయంలేని వాడు.

అక్కడున్న ఎవరికీ అర్థం కాలేదు! వాళ్లలో ఒకడు "నువ్వు చెప్పేదేమీ అర్థం కావడంలేదు. మీరు అధికారంలోకి రావాలంటే, రాజకీయపార్టీలతో ఒప్పందాలు చేసుకోవాలి. మాతో కాదు!"

సత్తి "అది ఎలాగూ చేస్తాం! కానీ మాకు లోకల్ గా ఉండే రౌడీల సహకారం కూడా కావాలి! అందుకోసం, మీకు కావలసినంత డబ్బిస్తాం!"

వాళ్లలో ఒకడు లేచి ఒకసారి లెక్కవేసుకొని "ఇక్కడికి వచ్చిన వాళ్ళందరూ మీకోసం ఎన్నికల్లో పనిచేయాలంటే కనీసం 5 కోట్లవుతుంది! అంత మీరివ్వగలరా?"

సత్తితో ఇంకొక వ్యక్తి కూడా అక్కడికి వచ్చాడు. అప్పటివరకూ సైలెంటుగా కూర్చున్న ఆ వ్యక్తి కుర్చీలోనుండి లేచి "10 కోట్లిస్తాను. మీరు చేయాల్సిన పనిని బట్టి ఇంకా ఎక్కువే ఇస్తాను! వచ్చే సంవత్సరం మే నెలలో జరిగే పార్లమెంటరీ ఎన్నికల్లో నాకోసం పనిచేస్తారా?"

అతన్ని చూసేటప్పటికి అక్కడికివచ్చిన రౌడీలందరికీ నమ్మకం కలిగింది. 'పని చేస్తాం!... పని చేస్తాం!' అంటూ గట్టిగా చప్పట్లు కొట్టారు.

అప్పుడు "రేపటికల్లా మీకు రావలసిన డబ్బు మీకందుతుంది. ఎప్పుడేమి చేయాలో ఈ సత్తి మీకు చెప్తాడు!" అని అక్కడినుండి వెళ్ళిపోయాడతను.

శుక్రవారం, 30 నవంబర్. సాయంత్రం నాలుగు గంటలవుతోంది. అది సాఫ్ట్ సొల్యూషన్స్ అనే సాఫ్ట్ వేర్ కంపెనీ. ఆఫీస్ వర్కులో అందరూ బిజీగా ఉన్నారు. టీం లీడర్ అశోక్ కంప్యూటర్ వైపు చూస్తూ పని చేస్తున్నాడు. ఇంతలో అతని సెల్ ఫోన్ రింగైంది. టేబుల్ మీద ఉన్న ఫోన్ వైపు ఎవరా అని చూశాడు. ఆ ఫోన్ కాల్ వాళ్ళబ్బాయి చదువుతున్న స్కూల్ నుండి వస్తూంది. వెంటనే ఫోన్ లిఫ్ట్ చేశాడు. అటువైపునుండి "హలో! నేను అశోక్ గారితో మాట్లాడవచ్చా?" అని ఒక అమ్మాయి గొంతు వినిపించింది.

"హా! అశోకునే మాట్లాడుతున్నాను. చెప్పండి మేడం!"

"సర్! రేపు మిమ్మల్ని స్కూలుకి రమ్మని హెడ్ మాస్టర్ చెప్పమన్నారు. మీరు రేపొద్దున్న 10 గంటలకి వచ్చి, హెడ్ మాస్టర్ ని కలవండి."

అశోక్ కొంచం ఆలోచనగా ".. అయ్యో! సో సారీ మేడం! రేపు నాకు చాలా ముఖ్యమైన ప్రాజెక్ట్ వర్కుంది. రేపు స్కూలుకి రావడం వీలుపడదు. నేను సోమవారం వచ్చి సార్ని కలుస్తాను. దయచేసి, హెడ్ మాస్టర్ సార్కి ఈ విషయం చెప్పండి."

"సారీ సర్! మిమ్మల్ని ఎలాగైనా రేపు స్కూలుకి రమ్మని సార్ గట్టిగా చెప్పమన్నారు. మీ అబ్బాయి అర్జున్ గురించి ఏదో ముఖ్యమైన విషయం మీతో మాట్లాడాలని అన్నారు. థాంక్యూ!" అని ఆమె ఫోన్ పెట్టేసింది.

హెడ్ మాస్టర్ ఇంత అర్జెంటుగా రమ్మనటానికి కారణమేమిటా అని అశోక్ ఆలోచించసాగాడు. అశోక్, ప్రభల ఏకైక సంతానం అర్జున్. అర్జున్ వయసు 15 సంవత్సరాలు. అయినా అర్జున్ ఇంకా ఐదవ తరగతే చదువుతున్నాడు. అర్జున్ చిన్నప్పటినుండి చదువులో చాలా మందం. ఏదీ ఒక పట్టాన గుర్తుండదు. చిన్నచిన్న

విషయాలు సైతం త్వరగా అర్థంకావు. పొద్దున్న స్కూలులో చేర్పిస్తే సాయంత్రం కల్లా, స్కూలువాళ్ళు మా వల్లకాదని చేతులెత్తేసేవారు. ఇలా అర్జున్ చాలా స్కూళ్ళు మారాడు. ప్రస్తుతం చదివే విద్యాభారతి స్కూల్లో సైతం అర్జున్ కి సీట్ దొరకడానికి అశోక్ బాగా కష్టపడ్డాడు. చివరికి ప్రముఖ మానసిక వైద్యుడు డాక్టర్ అరవింద్ సిఫారసు చేయడం వల్ల ఈ స్కూల్లో సీట్ ఇచ్చారు. అర్జున్ చిన్నప్పుడు ఈ అరవింద్ దగ్గరే ట్రీట్మెంట్ తీసుకున్నాడు. అరవింద్ దగ్గర కౌన్సిలింగ్ తీసుకోవడం మొదలుపెట్టాక నెమ్మదిగా మార్పు రావడం ప్రారంభించింది. అరవింద్ ప్రతి రోగితో బాగా చనువు తెచ్చుకొని, అతనికి వైద్యం చేస్తాడు. అర్జున్ని బాగా అబ్సర్వ్ చేసిన అరవింద్, తాను ఇతరుల మాటలకి బాగా కుంగిపోయి, ఆత్మవిశ్వాసం కోల్పోతున్నాడని గ్రహించాడు. అతను చదువులో ఇంప్రూవ్ అవడానికి రెండు ముఖ్య సూచనలు చేసాడు. ఒకటి, అర్జున్ తల్లితండ్రులు అతనిగురించి ఎప్పుడూ చులకనగా మాట్లాడకూడదు. రెండవది, అర్జున్ని క్రమం తప్పకుండా ధ్యానం చేయమని చెప్పాడు. ఈ రెండూ అర్జున్ విషయంలో మంచి ప్రభావం చూపించాయి. కొంచం కొంచంగా నేర్చుకుంటూ ఎదగసాగాడు. అశోక్ భార్య ప్రభ పూర్తిగా ఇంటికే పరిమితం అయిపోయింది. ఆమె సమయంలో చాలాభాగం అర్జున్ని చదివించడానికే సరిపోతుంది. అయినా, అతని వయస్సు పిల్లలతో పోలిస్తే, అర్జున్ ఇంకా వెనకపడి ఉన్నాడు. అంతకుముందు సంవత్సరం ఐదవ తరగతి ఫెయిల్ అయ్యాడు కూడా! ఈసారి మళ్ళీ ప్రయత్నిస్తున్నాడు. అశోక్ ప్రాజెక్ట్ వర్కుతో బాగా బిజీగా ఉండటం వల్ల గత రెండు నెలలుగా అర్జున్ని పెద్దగా పట్టించుకోలేదు. ఇప్పుడు ఈ ఫోన్ రావడంతో ఒక్కసారిగా ఉలిక్కిపడ్డాడు.

ఈ విషయం గురించి తన భార్య ప్రభకి ఒకసారి ఫోన్ చేద్దామని అనుకుంటుండగా, అశోక్ మేనేజర్ రవి అక్కడికి వచ్చాడు.

"అశోక్! వర్క్ ఎక్కడివరకు వచ్చింది? ఇవ్వాల్టికి కంప్లీట్ అవుతుందా? రేపు మన క్లయింట్ ఈ అప్లికేషన్ని ప్రొడక్షన్లో ఉపయోగిస్తారు. రేపు మనకి చాల ఇంపార్టెంట్! రేపు టీం అందరిని పొద్దున్న ఎనిమిదికల్లా ఆఫీసుకి రమ్మని చెప్పండి. 9 గంటల నుండి క్లయింటుతో కాల్ స్టార్ట్ అవుతుంది. "

అశోక్ కొంచం ఇబ్బందిగా మొహం పెట్టాడు. "రవి! చాలా వరకు కోడింగ్ అయిపోయింది. ఇక టెస్టింగ్ చేయాలి. అంతే! ఇవ్వాళ టెస్టింగ్ పూర్తి చేశాకే ఇంటికి వెళ్తాము. కానీ నాకు రేపు పొద్దున్న పర్సనల్ పనుంది. అది చూసుకొని నేను 11 AM కల్లా ఆఫీసుకి వస్తాను. "

రవి కొంచం కోపంగా "అలా కుదరదు అశోక్! మీకు చాలాసార్లు నేను పర్మిషన్ ఇచ్చాను. రేపు కూడా పర్మిషన్ కావాలంటే కష్టం. మీ పర్సనల్ వర్క్ని సోమవారం చేసుకోండి. ఆరోజు కావాలంటే మీకు సెలవిస్తాను. "

అసలు ముందు విషయమేమిటో ప్రభని కనుక్కున్న తర్వాత రవితో మళ్ళీ మాట్లాడుదామనుకొని "సరే! ఒక్క నిముషం. నేను చిన్న ఫోన్ కాల్ చేసుకొని వస్తాను" అని చెప్పి అక్కడినుండి వెళ్ళిపోయాడు అశోక్.

ఇంకెవరూ ఇలా పర్మిషన్ అడగకుండా రవి అక్కడ ఉన్న మిగిలిన టీంమెంబర్లతో "మీరంతా రేపొద్దున 8AM కల్లా ఆఫీసుకి రండి. మీకు టిఫిన్, లంచ్ ఇక్కడే ఏర్పాటు చేస్తాను." అని తన రూమ్ వైపు వెళ్ళిపోయాడు.

రవి అక్కడినుండి వెళ్ళిపోయాక, అశోక్ కొలీగ్స్ లో ఒకరైన శరత్ మిగిలిన వాళ్లతో "పాపం! అశోక్ ని చూస్తే జాలివేస్తుంది. వాళ్ళ అబ్బాయికోసం చాలా కష్టపడుతున్నాడు. వీళ్ళు ఎంత బాధ పడుతున్నా వాణ్ణి మాత్రం ఏమీ అనరు. అలా నెమ్మదిగా చెపితే వాడెందుకు వింటాడు? పట్టుకొని బాగా ఉతికితే, అన్నీ వెంటనే నేర్చుకుంటాడు!".

ఇంకో కొలీగ్ రమ "బాగా చెప్పారు శరత్ గారు! వేరే ఏదో మార్గం చూడాలి కానీ, ఇలా అయితే ఎలా? ఇప్పటికి వాడింకా ఐదవ తరగతి కూడా పాసవ్వలేదు. వీళ్ళు (అశోక్, అతని భార్య) అనవసరంగా టైం వేస్ట్ చేసుకుంటున్నారు. అర్జున్ లాంటివాళ్ళకి వేరే స్కూళ్ళు ఉంటాయి. అక్కడ చేర్పిస్తే వాళ్ళే చూసుకుంటారు." అంది చిరాకుగా.

శరత్ "మీరు సలహా ఇవ్వలేకపోయారా?" అని అన్నాడు రెట్టించినట్టుగా.

రమ "ఆ! అదీ అయింది! నేను వాళ్ళింటికి వెళ్ళినప్పుడు అర్జున్ ని చూసి ఆశ్చర్యపోయా! వాడు పరమ మొద్దు. వాణ్ని వీళ్ళు ఎలా భరిస్తున్నారో తలచుకుంటే భయం వేస్తుంది. వేరేచోట చేర్పించవచ్చు కదా అంటే, ప్రభగారేమో 'వీడొక్కడే మా పిల్లాడు. వీడిని వదిలి మేము ఉండలేము' అంటారు. అంతా వాళ్ళ ప్రారబ్ధం. లేకపోతే, యూనివర్సిటీ టాప్ ర్యాంకర్లు అయిన వాళ్ళిద్దరికీ (అశోక్, ప్రభ) వీడు సంతానంగా రావడమేమిటి?" అంది నిరాశగా.

అశోక్ పక్కకి వెళ్లి ప్రభకి కాల్ చేసి హెడ్ మాస్టర్ అర్జెంటుగా రమ్మని పిలిచినట్టు చెప్పాడు. ఎందుకు రమ్మన్నారో తనకేమైనా తెలుసా అని అడిగాడు. తనకేమి తెలియదని చెప్పింది ప్రభ. అర్జున్ని చేర్చుకునేటప్పుడే ఒక నిబంధన పెట్టాడు ఆ స్కూలు హెడ్ మాస్టర్. అది

ఎప్పుడైనా స్కూల్ వాళ్ళు రమ్మని ఫోన్ చేస్తే అశోక్ తప్పనిసరిగా రావాలి, లేకపోతే అర్జున్ ని స్కూల్ నుండి తీసేస్తామని అన్నాడు. అంటే అర్జున్ని పూర్తిగా టీచర్లమీద వదిలేస్తారేమోని తెలివిగా అలాంటి నిబంధన పెట్టాడు. అందువల్ల అశోక్ తప్పనిసరిగా శనివారం స్కూలుకి వెళ్ళాలి.

కొంచం జంకుతూ మేనేజర్ రవి రూమువైపు వెళ్ళాడు అశోక్. "రవి! రేపు నేను తప్పనిసరిగా వెళ్ళాలి. అవసరమైన పని పడింది. కొంచం లేటుగా రావడానికి పర్మిషన్ ఇవ్వండి!" అన్నాడు వేడుకోలుగా.

రవి "అశోక్! నేను మళ్ళీ చెపుతున్నాను. మనకి ప్రాజెక్ట్ పరంగా రేపు చాలా ముఖ్యమైన రోజు. ఇదే క్లయింట్ త్వరలో చాలా పెద్ద ప్రాజెక్ట్ స్టార్ట్ చేస్తున్నారు. మనం ఈ ప్రాజెక్ట్ సక్సెస్ చేస్తే, ఆ పెద్ద ప్రాజెక్ట్ కూడా మనకే వచ్చే అవకాశముంది. మనకి చాల ప్లస్ అవుతుంది. ఇంకొక సారి ఆలోచించండి." అన్నాడు చిరాకుతో కూడిన కోపంతో.

కానీ అశోక్ ఏమీ మాట్లాడకపోయేటప్పటికి, "సరే నీ ఇష్టం అశోక్! రేపు సాధ్యమైనంత త్వరగా మీ పని పూర్తి చేసుకొని ఆఫీసుకి రండి! ఇవ్వాళ మాత్రం ఎట్టి పరిస్థితుల్లో వర్క్ పూర్తయిందాకా ఇంటికి వెళ్లొద్దు." అన్నాడు.

అశోక్ "తప్పకుండా! చాలా థాంక్స్ రవి!" అని అక్కడినుండి తన క్యూబికల్ వైపు వెళ్ళాడు. నిజానికి ఆ కంపెనీలో అశోక్ కూడా ఏమంత సంతోషంగా లేడు. మొత్తం 17 సంవత్సరాల అనుభవం ఉన్నా ఇంకా టీంలీడ్ గానే ఉన్నాడు. అతని స్నేహితులంతా వివిధ కంపెనీల్లో సీనియర్ మేనేజర్లుగా చాలా కాలం క్రితమే పదోన్నతి పొందారు. అశోకుని కూడా వాళ్ళు పనిచేసే కంపెనీలోకి రమ్మని ఎన్నోసార్లు పిలిచారు. కానీ అశోకుకి ఇక్కడ పనిచేయడమే సౌకర్యంగా ఉంటుంది. ఇక్కడ చాలా

సంవత్సరాలనుండి పని చేస్తుండటంవల్ల అవసరమైనప్పుడల్లా పర్మిషన్ తీసుకోవచ్చు. ఇంకొక కొత్త కంపెనీ అయితే, అది వీలు పడదని అశోక్ వేరే కంపెనీ మారటానికి ప్రయత్నించలేదు. తన స్థితి తక్కువ అనుకున్నప్పుడల్లా, ప్రభని గుర్తు చేస్తుకుంటాడు. ప్రభ యూనివెర్సిటీ ఫస్ట్ వచ్చికూడా ఇంట్లో గృహిణిగానే ఉంది. ప్రభ త్యాగం ముందు తాను పొందని పదోన్నతి ఏమంత గొప్పది కాదని తృప్తి పడుతుంటాడు అశోక్.

ఆ రోజు సాయంత్రం ఆరు కావచ్చింది. మేనేజర్ రవి బ్యాగ్ తీసుకొని తన రూములో నుండి బైటికి వచ్చాడు. అశోక్ దగ్గరికి వచ్చి "అశోక్! మీరు ఇంటికి వెళ్లే ముందు నాకు స్టేటస్ మెసేజ్ పెట్టండి" అని చెప్పి ఇంకేమీ పట్టించుకోకుండా గబగబా బైటికి వెళ్ళిపోయాడు. రవి వెళ్ళిపోయిన కొంచం సేపటికల్లా మిగతా స్టాఫ్ కూడా ఒకరి తర్వాత ఒకరు వేరే పనేదో ఉందని వెళ్లిపోయారు. 7 PM కి ఒక్క అశోక్ మాత్రమే ఆఫీసులో మిగిలాడు. అతను క్లయింట్ కాల్ లో ఉండి, వాళ్లతో టెస్టింగ్ పూర్తి చేసాడు. అప్పటికి 11 PM ఐంది. ఇంకెవ్వరూ ఆఫీసులో లేకపోవడం వల్ల అశోకుకి డిన్నర్ కి వెళ్లే అవకాశమే రాలేదు. అశోక్ కూడా పనికి చాలా విలువిస్తాడు. తనకిచ్చిన బాధ్యత పూర్తిగా నెరవేరేవరకు అక్కడికి నుండి వెళ్ళేవాడు కాదు. అశోక్ రాత్రి పదకొండింటికి రవికి "ప్రాజెక్ట్ టెస్టింగ్ పూర్తయింది. రేపటికి సైన్ ఆఫ్ వచ్చింది !" అని మెసేజ్ పెట్టాడు. "గుడ్! థాంక్స్!" అని వెంటనే రిప్లై పెట్టాడు ఆ మెసేజ్ కోసం ఎదురుచూస్తున్న రవి.

అశోక్ ఆఫీస్ బైటికి వచ్చాడు. అప్పటికే అన్ని షాపులు మూసేసి ఉన్నాయి. పార్కింగ్లో ఉన్న తన మోటార్ బైక్ తీసుకొని ఇంటికి బయలుదేరాడు. ఇంటికి వెళ్లి కాలింగ్ బెల్ వేశాడు. ప్రభ వచ్చి తలుపు తీసింది. లోపలికి

వెళుతూనే ప్రభని ఇంకొకసారి స్కూలునుండి వచ్చిన కాల్ గురించి అడిగాడు. మళ్ళీ ప్రభ తెలియదనే సమాధానం చెప్పింది. అర్జున్ అప్పటికే పడుకొన్నాడు. అశోక్ కూడా వెంటనే భోజనం చేసి విశ్రమించాడు.

శనివారం, 1 డిసెంబర్. రాత్రి నిద్రపోవడం లేటు అయినందువల్ల అశోక్ లేచేటప్పటికి పొద్దున్న 8 గంటలైంది.

ప్రభ వచ్చి "లేచి బ్రష్ చేసుకోండి! మీకు కాఫీ తెస్తాను" అంది.

అశోక్ "అర్జున్ ఏం చేస్తున్నాడు?" అని అడిగాడు.

"అర్జున్ బైటికివెళ్ళి ఫ్రెండ్స్ తో ఆడుకుంటున్నాడు. ఇవ్వాళ వాడికి స్కూల్ లేదు!" చెప్పింది ప్రభ.

"సరేలే అయితే!" అని అశోక్ బాత్రూం వైపు వెళ్ళాడు. ఒక అరగంటలో స్నానం చేసి వచ్చాడు. వేడి వేడి దోశలు వడ్డించింది ప్రభ.

టిఫిన్ చేసి "నేను స్కూల్కి వెళ్లి వస్తాను! తర్వాత మళ్ళీ ఆఫీసుకి వెళ్ళాలి" అని చెప్పాడు ప్రభతో. "మీకు లంచ్ బాక్స్ రెడీ చేయమంటారా?" అని అడిగింది. రవి ఆఫీసులో లంచ్ ఏర్పాటు చేస్తానన్నాడని, బాక్స్ వద్దని చెప్పి బైక్ మీద స్కూలు వైపు వెళ్ళాడు అశోక్.

సెలవురోజు అయినందువల్ల స్కూలంతా నిశ్శబ్దంగా ఉంది. గబగబా హెడ్ మాస్టర్ రూమువైపు వెళ్ళాడు అశోక్. అప్పటికే ఆ గదిలో అర్జున్ కి చదువుచెప్పే మ్యాథ్స్, సైన్సు టీచర్స్ ఇద్దరూ కూర్చొని హెడ్ మాస్టర్ తో ఏదో మాట్లాడుతున్నాడు.

అశోక్ "మే ఐ కం ఇన్?" అని అడిగాడు. రమ్మని సంజ్ఞ చేసాడు హెడ్ మాస్టర్.

హెడ్ మాస్టర్: "రండి Mr. అశోక్. మీ కోసమే వెయిట్ చేస్తున్నాము"

అశోక్: "గుడ్ మార్నింగ్ సర్! చెప్పండి. అర్జెంటుగా రమ్మన్నారు!"

హెడ్ మాస్టర్: "మీ అబ్బాయి అర్జున్ గురించి చెప్పడానికి పిలిచాను. ఈ సారి అర్జున్ని ఎగ్జామ్స్ కి పంపవద్దని వాళ్ళ టీచర్స్ అడుగుతున్నారు. అతను మళ్ళీ ఫెయిల్అయ్యే అవకాశాలున్నాయని అంటున్నారు."

అశోక్: "ఆ! సర్ ప్లీజ్! అర్జున్ స్లోగా చదువుతున్నమాట వాస్తవమే. కానీ వాడు చదువు మీద చాలా ఎఫర్ట్స్ పెడుతున్నాడు. ఈసారి తప్పకుండా పాసవుతాడు."

మాథ్స్ టీచర్: "ఏం పాసవుతాడు? అస్సలు ఏమైనా గుర్తుంటేనేకదా వాడికి? విన్నది విన్నట్టు మర్చిపోతాడు. మీకేమో అంతా చాలా సింపుల్ గా ఉంటుంది."

సైన్స్ టీచర్: "అవును. వాడి గురించి ఏమీ తెలుసుకోకుండా, పాసవుతాడని మా మీద పడేస్తారు! చెప్పిందే చెప్పి, మళ్ళీచెప్పి, తిప్పిచెప్పి మాకు గొంతునొప్పి, తలనొప్పి వస్తుంది. వాడు మాత్రం అదే ప్రశ్న మళ్ళీ అడుగుతాడు. పోయిన సంవత్సరం ఇలానే చెప్పి వాణ్ణి ఎగ్జామ్స్ కి పంపించారు. వాడు ఫెయిల్ అయ్యాడు. మా సంవత్సర బోనస్ అంతా తినేశాడు."

హెడ్ మాస్టర్ వాళ్లని ఆపమన్నట్టుగా సైగ చేస్తూ "చూడండి అశోక్! ఇలానే చెపుతున్నారు మిగిలిన టీచర్లందరూ కూడా! అర్జున్ పోయిన సంవత్సరం మాథ్స్, సైన్స్ లో ఫెయిల్ అయినందువల్ల వీళ్లకు బోనస్ రాలేదు."

అశోక్: "అర్జున్ని ఇంట్లో కూడా బాగా చదివిస్తున్నాము. ఈ ఒక్క అవకాశం ఇవ్వండి ప్లీజ్!"

టీచర్స్ ఇద్దరికీ చాల కోపం వచ్చింది. గబుక్కున ఏదో దురుసుగా అనబోయారు. హెడ్ మాస్టర్ వాళ్ళతో "మీరిద్దరూ బైటికి వెళ్ళండి. మిగతా విషయాలు నేను మాట్లాడుతాను." అన్నాడు.

వాళ్ళు బైటికి వెళుతూ "సర్! మీరు ఎలాగైనా మాకు వాడి బాధ తప్పించండి." అని విసురుగా బైటికి వెళ్లిపోయారు.

హెడ్ మాస్టర్: "చూడండి అశోక్! కేవలం మా బావగారు (డాక్టర్ అరవింద్) చెప్పారని ఒకేఒక్క కారణంతో మీ పిల్లాడికి ఇక్కడ సీట్ ఇచ్చాను. అది మీరు బాగా గుర్తుపెట్టుకోవాలి! మీ వాడికి పాఠాలు అర్థంకావడం అటుంచితే, మీ వాడు గత రెండు వారాలుగా అస్సలు క్లాసులు అటెండ్ అవ్వడం లేదు. మీ ఇంటికి లెటర్స్ పంపితే ఏ విధమైన రెస్పాన్స్ లేదు. ఇలా అయితే మేము అర్జున్ని స్కూలులో కంటిన్యూ చేయడం కష్టం."

అశోక్ ఆశ్చర్యంగా "అవునా? నాకు తెలియదే! నేను కనుక్కుంటాను. ఈ ఒక్కసారి క్షమించండి. అర్జున్ సరిగ్గా అన్ని క్లాసులు అటెండ్ అయ్యేలా చూస్తాను." అన్నాడు.

హెడ్ మాస్టర్: "సరే! ఒక్క కండిషన్ మీద ఒప్పుకుంటాను. ఈసారి మీ అబ్బాయి క్లాసులు అటెండ్ కాకపోయినా లేక మళ్ళీ ఫెయిలైనా నేను వాణ్ని స్కూల్లోనుండి నిర్మొహమాటంగా బైటికి పంపేస్తాను. ఇది చివరి మాటగా భావించండి. మీరు ఈ టర్మ్ ఫీజు త్వరగా కట్టేయండి. అలాగే బిల్డింగ్ ఫండ్ కింద ఇంకొక యాభైవేలు కట్టండి."

అశోక్ ఆశ్చర్యంగా మొహం పెట్టాడు. హెడ్ మాస్టర్ కొంచం వ్యంగంగా నవ్వుతూ "మీరొక్కరే కాదు. అందరు స్టూడెంట్స్ బిల్డింగ్ ఫండ్ కడుతున్నారు. ఒక వారంలోగా బిల్డింగ్ ఫండ్, టర్మ్ ఫీజు పే చేయండి" అన్నాడు.

ఇక చేసేదేమీలేక అశోక్ "సరేనండి! నేను బైలుదేరుతాను" అని హెడ్ మాస్టర్ వద్ద సెలవు తీసుకొని అక్కడినుండి బయలుదేరాడు.

అశోకుకి ఇదేమి కొత్త కాదు. ఎప్పుడు హెడ్ మాస్టర్ రమ్మని పిలిచినా ఏదోఒక కారణం చెప్పి అదనంగా డబ్బు కట్టించుకుంటాడు. డబ్బు కట్టలేకపోతే మీ వాడికోసం వేరే స్కూలు వెతుక్కోండనే అర్థం చెప్పకుండానే అతని మాటల్లో కనిపిస్తుంది.

ఇంతకీ క్లాసులు హాజరు కాకుండా అర్జున్ ఏమి చేస్తున్నాడా అని ఆలోచిస్తూ పార్కింగ్ వైపు నడుస్తున్నాడు అశోక్. ఇంతలో అక్కడే ఉన్న డ్రిల్ల్ మాస్టర్ వచ్చి పలకరించాడు.

"మీరు అర్జున్ వాళ్ళ నాన్నగారా?"

అవునన్నట్టు తలూపాడు అశోక్.

"నేను ఈ మధ్యనే ఇక్కడ డ్రిల్ల్ మాస్టరుగా ఉద్యోగంలో చేరాను. ప్రతి సంవత్సరం ఈ స్కూలు నుండి డిస్ట్రిక్ట్ లెవెల్లో క్రికెట్ ఆడటానికి ఒక టీంని ఎంపిక చేస్తారు. ఈ టీంని అండర్ 16 క్రికెట్ టీం అంటారు. అందుకోసం, ముందుగా ఆసక్తి ఉన్న విద్యార్థులని 4 టీమ్స్ గా ఏర్పాటు చేస్తాము. వాళ్ళ మధ్య క్రికెట్ మ్యాచ్ లు పెట్టి వాటిలో బాగా ఆడిన వాళ్ళని 12 మందిని సెలెక్ట్ చేస్తాము. ఒక టీంలో ప్లేయర్లు తక్కువగా ఉండటంవల్ల మీ వాడిని అందులో ఆడమన్నాను. అదే నేను చేసిన పెద్ద తప్పు. అర్జున్ వల్ల టీంకి పెద్ద ఉపయోగమేమీలేదు కానీ, అతని టీచర్స్ అందరూ వచ్చి రోజూ నాకు క్లాస్ పీకుతున్నారు. నా వల్లనే అతను క్లాసులు ఎగ్గొడుతున్నాడని అంటున్నారు. నాకు మీవాడి గురించి పూర్తిగా తెలియకపోవడం వల్ల ఇలా జరిగింది. ఇక క్రికెట్ ఆడటానికి రావద్దని దయచేసి మీరు మీ అబ్బాయికి నచ్చచెప్పండి." అని అన్నాడు.

అంతా విన్న అశోక్ కి అర్జున్ మీద చాల కోపం వచ్చింది. అర్జున్ ఏమీ చిన్న పిల్లవాడు కాదు కదా? వాడికి

ఈ మాత్రం తెలియదా? ముందరే చదువులో వెనుకపడ్డాడనుకుంటే ఇప్పుడు క్రికెట్ ఒకటి. అర్జున్ని గట్టిగా మందలించాలని అనుకున్నాడు అశోక్. అక్కడేమీ మాట్లాడకుండా ఆవేశంగా ఇంటికి వెళ్ళాడు. అప్పటికి సుమారు 11 AM ఐంది. అర్జున్ అప్పటివరకు ఆడి అప్పుడే ఇంటికి వచ్చాడు. అర్జున్ని చూడంగాల్నే ఒక్కసారిగా కోపంగా వాడి దగ్గరికి వెళ్ళాడు అశోక్.

"అర్జున్! ఏమిటిది? నువ్వు క్లాసులు హాజరుకాకుండా క్రికెట్ ఆడుతున్నావట? ఇది నిజమేనా?".

"అది కాదు నాన్న! నాకు ఎప్పటినుండో స్కూలు తరఫున క్రికెట్ ఆడాలని ఉంది. నాకిప్పటికే పదిహేను సంవత్సరాలు వచ్చేశాయి. వచ్చే సంవత్సరం నేను ఈ క్రికెట్ టీంకి పనికి రాను. ఎందుకంటే పదహారు సంవత్సరాలు వస్తే అండర్-16 టీంలోకి తీసుకోరు."

అశోక్ కోపం ఆపుకోలేక లాగిపెట్టి అర్జున్ చెంపమీద ఒక్కటి కొట్టాడు. "నోర్మూయ్! నీ గురించి నీకు తెలియదా? నువ్వేమైనా తెలివైన వాడిననుకుంటున్నావా? లేకపోతే ఒకసారి చదవంగాల్నే అంతా వచ్చేస్తుందని అనుకుంటున్నావా? నువ్వు పరమ మొద్దువి! ఏమీ తెలియని ఒక సన్నాసివి! కాబట్టే ఇంకా అయిదవ తరగతికూడా పాసవ్వలేదు. నీ వయసు వాళ్లంతా పదో తరగతి అయిపోయి ఇంటర్మీడియట్ చదువుతున్నారు. నీకు ఒక పట్టాన ఏదీ అర్థం కాదు. గుర్తుండదు. నీకు పదే పదే చెప్పిన పాఠమే చెప్పడానికి, మీ అమ్మను ఉద్యోగమేమీ చేయించకుండా ఇంట్లో ఉంచాల్సివచ్చింది. ఇప్పటికే మీ అమ్మ సమయమంతా నీకు చెప్పి చెప్పి వ్యర్థమయింది. తను యూనివర్సిటీ ఫస్ట్ వచ్చి ఏమి ఉపయోగం? ఇప్పుడు నీ వల్ల నేనుకూడా ఎదగలేకపోతున్నాను. మేము నీకోసం ఇంత కష్టపడుతుంటే నువ్వేమో అస్సలు అర్థం

చేసుకోవడంలేదు. నా క్లాస్మేట్స్ అందరూ సీనియర్ మేనేజర్లుగా పెద్ద పెద్ద ఉద్యోగాల్లో ఉంటే, నేను మాత్రం ఇక్కడే పడున్నాను."

ఆ మాటలకి ఒక్కసారిగా కన్నీళ్లు వచ్చాయి అర్జున్ కి. అలా అశోక్ తిట్టడం ఊహ తెలిసిన తర్వాత అదే మొదటిసారి. అర్జున్ ఏదో చెప్పబోయాడు కానీ దుఃఖంలో మాట పెగల్లేదు.

"ఇక నువ్వేం చెప్పొద్దు. వెంటనే నీ క్లాసు పుస్తకాలు తీసి చదవడం మొదలుపెట్టు. ఈ సారి నువ్వు ఫెయిలైతే నిన్ను స్కూలులో నుండి తీసేస్తానని మీ హెడ్ మాస్టర్ చెప్పారు. ఇంతకీ నువ్వు కనీసం మెడిటేషన్ సెంటర్ కి అయినా క్రమం తప్పకుండా వెళ్తున్నావా? లేదా? " అని కోపంగా అడిగాడు.

అర్జున్ కళ్ళు తుడుచుకుంటూ లేదన్నట్టు తలూపాడు.

అశోక్ "రేపటినుండి మెడిటేషన్ కి కూడా వెళ్ళు! ఇక ఏమైనా పొరపాటు చేస్తే నేను సహించను" అని ప్రభతో "నేను ఆఫీసుకి వెళుతున్నాను. ఇప్పటికే చాల లేటైంది!" అని కోపంగా బైటికి వెళ్ళిపోయాడు అశోక్.

మాములుగా అయితే అంత కఠినంగా మాట్లాడేవాడు కాదు అశోక్. ఆఫీస్ సమస్యలు, స్కూల్లో వాళ్ళ ప్రవర్తన, స్కూలువాళ్ళు మెసేజ్ పంపినా ప్రభ తనకేమీ చెప్పలేదని .. ఇలా అన్ని చిరాకులూ కలిపి అర్జున్ మీద చూపించాడు.

అర్జున్ నెమ్మదిగా తన స్టడీ డెస్క్ దగ్గరికి వెళ్ళాడు. అతని కళ్ళలో వస్తున్న నీళ్లు తుడుచుకుంటూ టేబుల్ మీద ఉన్న ఒక పుస్తకం తెరిచి చదవడం మొదలుపెట్టాడు. అతనికి ఇలాంటివి వినడం కొత్తేమీ కాదు. స్కూల్లో, బైటా రోజూ ఎవరో ఒకరు ఇలానే అంటుంటారు. అర్జున్ తో మంచిగా మాట్లాడేవాళ్ళు చాలా తక్కువ. కానీ ఇవ్వాళ

అలాంటి మాటలే నాన్న అన్నాడు. అందువల్ల అతని మనస్సు చాలా బాధపడింది.

ఇంతలో ప్రభ అక్కడికి వచ్చింది. ఆమెకి కూడా అర్జున్ని ఓదార్చడం కొత్తేమీ కాదు. ఎన్నోసార్లు అర్జున్ కి నచ్చచెప్పి అతనికి ఓదార్పుని, ఉత్సాహాన్ని ఇచ్చింది. ప్రభ వచ్చి అర్జున్ భుజంపై చేయి వేసింది. నాతో ఏమీ మాట్లాడవద్దు అన్నట్టు అమ్మ చేతిని నెట్టేశాడు అర్జున్.

"ఏమిటిదంతా?!? అలకే? నాన్న ఏమన్నాడు? నిన్ను కొంచం చదువు మీద దృష్టి ఉంచమన్నాడు. అంతే కదా?" అంది ఓదార్పుగా.

"అలా ఏమీఅనలేదు! నన్ను చదువురాని మొద్దు అన్నాడు. అంతేనా! ఇక నేను క్రికెట్ కూడా ఆడకూడదని చెప్పాడు" అన్నాడు అర్జున్ ఉక్రోషంగా.

"అవునర్జున్! అందులో ఏమైనా తప్పుందేమో చెప్పు. చదువులో నువ్వెక్కడ ఉన్నావో నీకు తెలియదా? నువ్వు ఎంత బాగా క్రికెట్ ఆడినా చదువు కూడా చదవాలి కదా! డాక్టర్ అరవింద్ కూడా నిన్ను చదువు మీద బాగా ఫోకస్ చేయమన్నాడు. మెడిటేషన్ కూడా అంతే సీరియస్ గా చేయమన్నాడు. అలా చేస్తే నువ్వు కొన్ని సంవత్సరాలలో మాములుగా అందరిలా అర్థం చేసుకొని, చదివిన పాఠాలు గుర్తుంచుకునే స్థితికి వస్తావన్నాడు. నాన్న కూడా ఇవ్వాళ అదే చెప్పాడు. నువ్వు కావాలంటే క్రికెట్ ఆడుకో! కానీ చదువుని మాత్రం అశ్రద్ధ చేయవద్దు.".

డాక్టర్ అరవింద్ అంటే అర్జున్ కి చాలా ఇష్టం. ఎందుకంటే అరవింద్ ప్రతి పేషెంటుని ఫ్రెండ్ లాగా ట్రీట్ చేస్తాడు. అరవింద్ కి ఎదుటివ్యక్తి ఇష్టాయిష్టాలు, మనోభావాలు అర్థం చేసుకొనే నేర్పుంది. అది అతను అమెరికాలో ఎంతో శ్రమతో నేర్చుకుని అందులో ప్రసిద్ధ

యూనివర్సిటీ నుండి డాక్టరేట్ కూడా పొందాడు. అరవింద్ కూడా అదే చెప్పాడనేటప్పటికి అర్జున్ కొంచం మెత్తబడ్డాడు.

“నువ్వు క్లాసులు అటెండ్ అవడంలేదని నాకు మీ స్కూలు వాళ్ళు మెసేజెస్ పంపించారు. నిన్నడిగితే, పొంతనలేని సమాధానాలు చెపుతున్నావ్! ఇంతకీ నువ్వు క్లాసులకి ఎందుకు వెళ్లడంలేదు? ”.

“ఏంవెళ్తానమ్మా? ప్రస్తుతం ఆరో తరగతి, ఆపై క్లాసు చదువుతున్న వాళ్ళందరూ ఒకప్పుడు నాతో చదివిన వాళ్లే! వాళ్ళకి నన్ను చూస్తేనే ఎక్కడలేని నవ్వు పుట్టుకొస్తుంది. ఏమైనా అడిగితే నవ్వుతారు. అడగకపోయినా నవ్వుతారు. చెపితే నవ్వుతారు. చెప్పకపోయినా నవ్వుతారు. వాళ్లందరికీ నేనొక పెద్ద జోకర్ లాగా కనిపిస్తాను. ఇక టీచర్లయితే సరేసరి! ఏమడిగినా కోపమే! నన్నొక పనికిరానివాడి కింద చూస్తారు. స్కూలులో ఉన్నప్పుడు నాకు చదువు మీద ఆసక్తే ఉండదు. ఎక్కడికైనా పారిపోవాలనిపిస్తుంది.” అని బావురుమన్నాడు అర్జున్. ప్రభ మనసు చివుక్కుమంది. ఇంతకు ముందెప్పుడూ అర్జున్ ఇలా బయటపడలేదు.

"అవునా? నాకెందుకు ఇంతవరకూ చెప్పలేదు? హెడ్ మాస్టర్ తో ఈ విషయం మాట్లాడమని మీ నాన్నకి చెప్తాను. సర్లే! వెళ్లి భోజనం చేద్దాం పద!" అని ప్రభ తన కళ్ళలో వస్తున్న నీళ్ళని దాచుకుంటూ కిచెన్ వైపు వెళ్ళసాగింది. అర్జున్ చేయని తప్పుకి చాలా కష్టపడుతున్నాడని గుర్తొచ్చినప్పుడల్లా, ప్రభకి దుఃఖం అదుపులో ఉండదు.

అర్జున్ "అయితే నేను గబగబా చదువుకొని క్రికెట్ ఆడుకొనేదా?" అన్నాడు కొంచం తేరుకొని.

"సరే! ముందు ఏమైనా తిని వెళ్ళు!" అంది ప్రభ.

అశోక్ ఆఫీసుకి వెళ్ళేటప్పటికి దాదాపుగా మధ్యాహ్నం 12 గంటలైంది. అందరూ చాలా ఆందోళనగా ఉండడం చూసి ఏమైందా అనుకుంటూ తన సీట్ వద్దకు వెళ్ళాడు. అక్కడే రవి కూడా ఉన్నాడు. అశోకుని చూస్తూనే "ఇంత లేటుగా వచ్చావేంటి అశోక్? నిన్న రాత్రి 'కోడ్ అంతా టెస్ట్ చేశాం. అంతా సక్సెస్' అని నాకు మెసేజ్ పెట్టావు. ఇక్కడ చూస్తేనేమో క్లయింట్ పంపే అన్ని రిక్వెస్ట్ లు ఫెయిల్ అవుతున్నాయి. ఎన్ని సార్లు ఫోన్ చేసినా నువ్వేమో ఫోనెత్తడంలేదు."

అశోక్ కంగారుగా "ఆఁ! మా అబ్బాయి స్కూలుకి వెళ్ళినప్పుడు నా ఫోన్ సైలెంట్ లో పెట్టి మర్చిపోయాను. సారీ! ప్రాబ్లెమ్ ఏమిటో నేను చూస్తానని" తన కంప్యూటర్లో లాగిన్ అయ్యాడు.

ఏ కొత్త విషయం కనుక్కుంటాడో అని అందరూ వచ్చి అశోక్ చుట్టూ నిలబడ్డారు. ఎర్రర్ మెసేజ్ చూడంగాల్నే విషయం అర్ధం అయింది అశోక్ కి. "ఇదే నిన్న వాళ్ళు ఇచ్చిన లాస్ట్ మినిట్ చేంజ్. క్లయింట్ వైపు కూడా ఏదో కోడ్ చేంజ్ ఉందంట. అది ప్రమోట్ చేయలేదనుకుంటా! వాళ్ళు ఆ కోడ్ చేంజ్ ప్రమోట్ చేస్తే, ఈ ఎర్రర్ రాదు"అని తేల్చేశాడు అశోక్.

మిగిలిన టీం అంతా నోరెళ్ళపెట్టి చూస్తుంటే రవి "సరే! అదేదో కాల్లో చెప్పు. క్లైంట్స్ చాల సేపటినుండి ఎదురుచూస్తున్నారు." అన్నాడు.

కాల్లోకి వచ్చేటప్పటికి క్లయింట్ మేనేజర్ రహీం అశోకుని పలకరించాడు.

"హాయ్ అశోక్! ఇందాకటినుండి నీ గురించే అడుగుతున్నా!"

"సారీ రహీం! అర్జెంట్ పనుండటంవల్ల లేటైంది!"

"ఓహ్! మళ్ళీ మీ అబ్బాయితో ఏమైనా సమస్యా?"

"ఆ! అలాంటిదే! మా అబ్బాయి స్కూలుకి వెళ్లాల్సివచ్చింది! వెళ్లి మాట్లాడి వచ్చాను!"

"నో ప్రాబ్లెమ్! ఫామిలీ ఈజ్ ఇంపార్టెంట్!"

"ఎనీవే! నిన్న మీవైపు కూడా ఒక చేంజ్ చేశారు కదా? అది ప్రమోట్ చేశారా?".

"చేశారనుకుంటా! ఒక్క నిముషం ఆగు! కనుక్కుంటా!" అని రెండు నిముషాల తర్వాత "సారీ! అది ప్రమోట్ చేయలేదంట! నేను అది వెంటనే ప్రమోట్ చేయమని చెప్పాను! 5 నిముషాలలో చేసేస్తారు!"

క్లైంట్స్ వెంటనే వాళ్ళవైపు కోడ్ అప్గ్రేడ్ చేసి అప్లికేషన్ రీస్టార్ట్ చేశారు. అప్పటినుండి అన్ని రిక్వెస్ట్ లు సక్సెస్ అవ్వడం మొదలైంది. రవితో సహా అందరూ రిలాక్స్ అయ్యారు. ఒక గంటలో ప్రాజెక్ట్ సక్సెస్ అయినట్టుగా రహీం అప్డేట్ ఇవ్వడంతో ఆ టీం ఆనందానికి అవధుల్లేవు. అంతే కాకుండా అశోకుని కాల్లో తెగ పొగిడేశాడు క్లయింట్ డైరెక్టర్ రహీం. మొదటి నుండి చివరిదాకా అన్నీ అశోకే చూసుకున్నాడనీ, అశోక్ వల్లే ప్రాజెక్ట్ సక్సెస్ అయిందని అన్నాడు. రవికూడా అశోకుని "గ్రేట్ జాబ్!" అని మెచ్చుకున్నాడు.

రవికి కాల్ చేసి ప్రాజెక్ట్ ప్రమోషన్ ఎలా జరిగిందని అడిగాడు ఆ (సాఫ్ట్ సోలుషన్స్) కంపెనీ డైరెక్టర్. రవి బాగా

జరిగిందని చెప్పి అశోక్ చేసిన ఫిక్స్ గురించి చెప్పాడు. వెంటనే అశోక్ ని మెచ్చుకున్నాడు డైరెక్టర్. అశోక్ ఇదే అవకాశంగా "సర్! నేను ఎప్పటినుండో ప్రమోషన్ కోసం ఎదురుచూస్తున్నాను. నా వర్క్ మీకు నచ్చితే నాకు ప్రమోషన్ ఇవ్వండి." అన్నాడు ఆత్రంగా.

డైరెక్టర్ "సరే అశోక్! రవి నీ విషయం నాకు ఇప్పటికే చెప్పాడు. ఈ విషయం గురించి మళ్ళీ వివరంగా మాట్లాడదాం. ఇదే క్లయింట్ వద్ద చాలా ప్రాజెక్ట్స్ ఉన్నాయి. మీరు రవికి సహాయంగా ఉండి మనకి కొత్త ప్రాజెక్ట్ తీసుకొనిరావాలి." అన్నాడు.

"సరే! తప్పకుండా సర్!" అన్నాడు అశోక్ సంతోషంగా.

రవి అశోకుని పక్కకి పిలిచి "నీ ప్రమోషన్ కోసం నేను సాధ్యమైనంతవరకు ప్రయత్నిస్తున్నాను. ఇవ్వాళ రాత్రినుండి మన ప్రాజెక్ట్ వర్కుని క్లయింట్ బిజినెస్ కి ఉపయోగిస్తారు. మీరు రేపొద్దున వరకూ ఆఫీసులోనే ఉండండి. ఏమైనా ప్రాబ్లెమ్ వస్తే మీరైతే వెంటనే ఫిక్స్ చేయగలరు. మిగిలిన టీం మీద నాకు నమ్మకం లేదు. కావాలంటే మీరు సోమవారం లీవ్ తీసుకోండి" అన్నాడు.

సరేనన్నాడు అశోక్ చాలా సంతోషంగా. నిజానికి మొట్టమొదటిసారి రవి అతని ప్రమోషన్ గురించి పాజిటివ్ గా మాట్లాడాడు. అశోకుకి టీంలో ఉన్న ప్రాముఖ్యాన్ని కూడా గుర్తించాడు.

సాయంత్రం 5 కల్లా మిగిలిన కొలీగ్స్ అందరు ఇంటికి వెళ్లిపోయారు. తర్వాత ప్రభకి ఫోన్ చేసాడు అశోక్.

"మీ ప్రాజెక్ట్ ఏమైందండీ?" ఆసక్తితో అడిగింది ప్రభ.

"సక్సెస్! కానీ ఇంకా కొంచం పని ఉంది. ఇవ్వాళ రాత్రికి నేను ఇంటికి రాలేను. రేపొద్దున్నే వస్తాను. మా మేనేజర్

ఈరోజు రాత్రికి క్లయింట్ కి సహాయంగా ఇక్కడే ఉండమన్నాడు."

"అవునా?"

"ఆ! నా వర్క్ చాలా బాగుందని మా మేనేజర్, డైరెక్టర్ కూడా మెచ్చుకున్నారు. ప్రమోషన్ ఇవ్వమని డైరెక్టుగా అడిగేశాను. తప్పకుండా చూస్తామన్నారు. అర్జున్ ఏం చేస్తున్నాడు? పొద్దున్న కోపంలో ఎక్కువగా తిట్టాను వాణ్ణి! కొట్టాను కూడా! అయినా అర్జున్ క్లాసులు హాజరు కావడంలేదని స్కూల్ వాళ్ళు నీకు మెసేజ్ పంపించారటకదా? నాకెందుకు చెప్పలేదు?"

"అవును. నేను చెపితే వీడస్సలు మాటవినటంలేదు. అందుకే మీతో కొంచం గట్టిగా చెప్పించాను. చూస్తుంటే ఇది బాగానే పనిచేసింది. అర్జున్ ఇప్పటివరకు చదువుకున్నాడు. ఇప్పుడే ఆడుకోవడానికి బైటికి వెళ్ళాడు." అంది ఆనందంగా.

"మంచిది. వాణ్ని రేపొద్దున్న మెడిటేషన్ సెంటర్ కూడా వెళ్ళమని చెప్పు. నేను సోమవారం సెలవు పెట్టి ఇంట్లోనే ఉంటాను. రేపు, ఎల్లుండి ఇంట్లో ఉన్నట్టుంటుంది. గత రెండు నెలలుగా నాకు ఆఫీసులోనే ఉన్నట్టుంది." అన్నాడు విసుగుతో కూడిన నవ్వుతూ.

"సరేనండి!" అని సంతోషంగా ఫోన్ పెట్టేసింది ప్రభ.

ఆదివారం, 2 డిసెంబర్. మరుసటి రోజు ఉదయం ఐదున్నరకల్లా నిద్ర లేచాడు అర్జున్. మెడిటేషన్ సెంటర్ ఉదయం 6 గంటలకి ఓపెన్ చేస్తారు. ఆదివారం కాబట్టి 9 వరకు మాత్రమే ఉంటుంది. అది వాళ్ళింటికి సుమారు 6 కిలోమీటర్ల దూరంలో ఉంది. ప్రభ కూడా త్వరగా లేచి అశోక్ కోసం టిఫిన్ రెడీ చేసే పనిలో ఉంది. అర్జున్ త్వరగా రెడీ అయి 6 గంటలకల్లా బైటికి వచ్చాడు.

బైటికి వచ్చి చూస్తే అతని సైకిల్ వెనక టైరులో గాలి కొంచం తగ్గింది. వచ్చేటప్పుడు గాలి కొట్టించవచ్చుకదా అని అలానే బయలుదేరాడు అర్జున్. ఆరున్నర కల్లా అక్కడికి చేరుకొని మెడిటేషన్ రూముకి వెళ్ళాడు. మాములుగా అయితే అన్ని వయసులవారు మెడిటేషన్ చేసుకోవడానికి అక్కడికి వస్తారు. ఆ రోజు ఆదివారం కావడంవల్ల ఎక్కువమంది సీనియర్ సిటిజన్స్ మాత్రమే ఉన్నారు. అర్జున్ తన మాస్టర్ని కలుసుకొని మెడిటేషన్ చేశాడు.

అశోక్ 7AMకి ఇంటికి వచ్చాడు. అర్జున్ అప్పటికే మెడిటేషన్ చేసుకోవడానికి వెళ్ళాడని విని చాలా సంతోషించాడు. ఫ్రెష్ అయి వచ్చేటప్పటికి, వేడి వేడి టిఫిన్ రెడీగా ఉంచింది ప్రభ. అప్పటికే బాగా అలసిపోయిఉన్న అశోక్ త్వరగా టిఫిన్ తిని బెడ్ రూంలోకి వెళ్లి పడుకున్నాడు. ఇంట్లో పనులు చేసుకోవడం ప్రారంభించింది ప్రభ. మాములుగా అయితే ఆదివారం ఉదయం అర్జున్ లేదా అశోకుతో కలిసి కూరగాయలు తీసుకొనిరావడానికి మార్కెట్ కి వెళుతుంది. ఆరోజు ఇద్దరూ అందుబాటులో లేకపోవడంతో తానొక్కతే మార్కెట్ కి వెళ్ళింది.

అర్జున్ మెడిటేషన్ పూర్తి చేసుకొని బైటికి వచ్చి చూసేటప్పటికి సైకిల్ టైరులో గాలి పూర్తిగా పోయింది. అప్పటికి టైం 8 గంటలైంది. చిరాకుగా దారిలో ఎక్కడైనా గాలి కొట్టిద్దాములే అనుకుని సైకిల్ తోసుకుంటూ ఇంటివైపుకు బయలుదేరాడు. 2 కిలోమీటర్లు నడిచినా ఒక్క సైకిల్ షాప్ కూడా కనిపించలేదు. అక్కడ ఒక టీకొట్టు ఉంది. అప్పటికే చాలా నీరసంగా ఉండటంతో అక్కడికి వెళ్లి రెండు బిస్కెట్లు తిన్నాడు. అక్కడికి దగ్గరలో సైకిల్ షాప్ ఏమైనా ఉందా అని ఆ షాపువాణ్ణి అడిగాడు. కొంచం ముందుకు వెళ్లి అక్కడ వచ్చే కూడలిలో కుడి వైపు వెళితే అక్కడ ఒక షాప్ ఉందని చెప్పాడు ఆ టీకొట్టతను.

అక్కడే నిలబడి అశోక్ కి కాల్ చేశాడు. కానీ అశోక్ అప్పటికే గాఢనిద్రలో ఉండటంవల్ల కాల్ లిఫ్ట్ చేయలేదు. ముందరే సైకిల్ షాప్ ఉందని అలానే సైకిల్ తోసుకుంటూ కూడలికి చేరుకున్నాడు. సైకిలుషాప్ కోసం ఎటువైపు వెళ్లాలో కొట్టతను చెప్పింది మర్చిపోయాడు. ఎడమవైపు కొంచం దగ్గరలో కొన్ని ఇళ్ళు, షాపులు కనిపించాయి. దాంతో ఎడమవైపుకు వెళ్ళాడు. అక్కడ కొన్ని కిరాణా షాపులు ఉన్నాయి కానీ సైకిల్ షాప్ మాత్రం ఎక్కడా కనిపించలేదు. ఆదివారం అవడంవల్ల అక్కడున్న షాపులన్నీ మూసేసిఉన్నాయి.

సరే ఇంకొంచం ముందుకు వెళ్లి చూద్దామని అనుకుని అలానే నడుస్తూ వెళ్ళసాగాడు. కొంచం సేపటికి అక్కడ అన్నీ చెట్లు, పొదలు తప్ప ఇంకేమి లేవు. అనవసరంగా ఇంత దూరం వచ్చానని చిరాకు, కోపం వచ్చింది అర్జున్ కి. మెడిటేషన్ సెంటర్ దగ్గరే ఉండి ఫోన్ చేస్తే నాన్న వచ్చి సులభంగా తీసుకెళ్లేవాడు. ఇప్పుడెక్కడున్నాడో తనకే

తెలియదు. చుట్టుపక్కల కనుచూపు మేరలో మనుషులెవరూ లేరు. తిరిగి వెనక్కి నడిచివెళ్లే ఓపిక లేక, అక్కడెవరైనా కనిపిస్తే వాళ్ళ సహాయంతో తాను ఎక్కడున్నాడో తెలుసుకొని నాన్నకి ఫోన్ చేద్దామనుకున్నాడు. తాను వచ్చిన మార్గంలో ఎవరూ లేరు కాబట్టి ఇంకొంచం ముందుకు వెళ్ళాడు అర్జున్. అక్కడ ఒక చిన్న ఇల్లు దాని ముందు 2 కార్లు ఆగి ఉన్నాయి. త్వరగా సైకిల్ తోసుకుంటూ అక్కడికి వెళ్ళాడు. కానీ అక్కడ కూడా మనుషులెవరూ కనిపించలేదు. కానీ ఏవో మాటలు వినిపించాయి. సైకిల్ అక్కడే నిలబెట్టి మాటలు వస్తున్నవైపు వెళ్ళాడు అర్జున్.

అక్కడ ఐదుగురు నిలబడి ఉన్నారు. వాళ్లలో ముగ్గురి దగ్గర తుపాకులున్నాయి. అవిచూసి అక్కడే ఉన్న చెట్టువెనకాల దాక్కున్నాడు అర్జున్. చేతిలో పిస్టల్ తో ఉన్న ఒకతను ఎదుటి వ్యక్తితో "శేఖర్! నువ్వొక్కడివి మంచి వాడివైపోతే సరిపోదు. నీతో పనిచేసే వాళ్ళు ఎలాంటివాళ్ళో ముందు తెలుసుకో!" అన్నాడు వెకిలిగా నవ్వుతు. శేఖర్ పక్కన ఉన్నతను ఇంకొకవైపు వెళ్ళిపోయాడు.

ఇప్పుడు శేఖర్ ఒకపక్క అతనికి ఎదురుగా మిగిలిన నలుగురూ నిలబడ్డారు.

శేఖర్ "స్వామీ! నువ్వు కూడా వీళ్ళతో కలుస్తావని నేనసలు అనుకోలేదు. 15 సంవత్సరాలనుండి మనం కలిసి పనిచేస్తున్నాం. నన్ను ఇంత మోసం చేస్తావా?" అన్నాడు నిరాశగా.

స్వామి "మీతోవుంటే ఏమొస్తుంది? బతికివుంటే జీతం, పోతే పెన్షన్. ఒక మంచి ఇల్లుకూడా కొనలేను. అదే మీరు సేకరించిన ఆధారాలు వీళ్ళకి ఇస్తే కావలసినంత డబ్బు, ప్రమోషన్ కూడా ఇస్తామన్నారు." అన్నాడు ఆశగా.

తుపాకీతో ఉన్న వ్యక్తి పక్కతనితో "ఏయ్ కమీషనర్! నువ్వీ స్వామితో వెళ్లి కారులో ఉన్న ఆధారాలన్నీ తీసుకొనిరా!" అని అన్నాడు విసురుగా!

కొన్ని నిముషాల్లో కమీషనర్, స్వామీ వెళ్లి కారులో ఉన్న ఫైల్స్ అన్నీ తీసుకొని వచ్చారు. కమీషనర్ తెచ్చిన ఫైల్స్ చూసి అతను "అబ్బో! చాలానే పోగేశావ్! చాలా సమయం నా కోసం ఖర్చు చేసినట్టున్నావ్! ఇవ్వన్నీ తెలిసిన నువ్వు ఇక బ్రతికుండకూడదు! " అంటూ శేఖర్ తల మీద గన్ తో కాల్చాడు.

శేఖర్ ఒక్కసారిగా అర్జున్ ఉన్నవైపు కుప్పకూలాడు. అప్రయత్నంగా శేఖర్, అర్జున్ ఒకరినొకరు చూసుకున్నారు. ఇదంతా చూస్తున్న అర్జున్ భయపడి ఒక్కసారిగా అరవపోయి నోరుమూసుకున్నాడు. శేఖర్ అర్జున్ని చూస్తూ ప్రాణాలు వదిలాడు. అది చూసి అర్జున్ కాళ్ళు, చేతులు వణకసాగాయి. అప్పటివరకూ ఇంకెవరూ అర్జున్ని చూడలేదు.

సరిగ్గా అదేసమయానికి ఇంటికి వచ్చిన ప్రభ అర్జున్ ఇంకా రాలేదిమిటా అనుకుంటూ తన ఫోన్లో నుండి అర్జున్ కి కాల్ చేసింది.

ఒక్కసారిగా అర్జున్ ఫోన్ రింగ్ అవడంతో అందరూ అటువైపు చూశారు. పరిస్థితి అర్థమైంది అర్జున్ కి. ఎలాగైనా అక్కడినుండి తప్పించుకోవాలని అర్జున్ గబగబా సైకిల్ ఎక్కి తొక్కసాగాడు. ఎంత బలంగా సైకిల్ తొక్కినా టైరు పంక్చరైనందువల్ల అది నెమ్మదిగానే వెళ్తుంది.

ఇది చూసి, శేఖర్ని చంపిన వ్యక్తికి చాల కోపం వచ్చింది. కమీషనర్ తో "నీకేపని చక్కగా ప్లాన్ చేయడం చేతకాదు! ఇక్కడెవరూ ఉండరన్నావు. వాడెవడో చూసి పారిపోతున్నాడు. ముందు బైటికి వెళ్లి మనకారు తీయి.

నేను ఇప్పుడే వస్తా" అని అరిచి స్వామితో "ఆధారాలు వదలడం నాకస్సలు ఇష్టం ఉండదు. మీ సర్ చనిపోయి, నువ్వు కొత్త ఇల్లు కొంటే అస్సలు బాగోదు!" అని తుపాకీతో అతడి తల మీద కాల్చాడు. స్వామికూడా అక్కడేపడి మరణించాడు.

పక్కనే ఉన్న ఇంకొక వ్యక్తి (రౌడీ సత్తి) తో "నువ్వు శేఖర్ కారుని ఇక్కడే ఏదొక పెద్ద చెట్టుకి బలంగా ఢీకొట్టు. తర్వాత వీళ్ళిద్దరిని కారులో పడేసి తగలపెట్టేయి. ఎవరికీ ఏ అనుమానం రాకూడదు. జాగ్రత్త!" అని త్వరగా తన కార్ వద్దకు వెళ్ళాడు.

అప్పటికే కారుని స్టార్ట్ చేసి కమీషనర్ రెడీగా ఉన్నాడు. అతను వచ్చి కూర్చోగాల్నే కారు అర్జున్ వెళ్లిన వైపు వేగంగా కదిలింది.

కమీషనర్ "సార్! మీరేమి కంగారు పడాల్సిన అవసరంలేదు. ఇక్కడికి 5 కిలోమీటర్ల వరకు ఎవరూ ఉండరు." అన్నాడు సర్దిచెపుతున్నట్టుగా.

అర్జున్ కి అప్పటికే చాలా నీరసంగా ఉంది. ఎంత ప్రయత్నించినా టైర్లో గాలి లేనందువల్ల సైకిల్ వేగంగా వెళ్లడంలేదు.

"చూడు ఆ పిల్లాడు సైకిల్ మీద వెళుతున్నాడు. వేగంగా వెళ్లి వాణ్ని గుద్దు! " అని అన్నాడు కమిషనరుతో.

అలా వాళ్ళ కారు వేగంగా వెళ్లి అర్జున్ వెళుతున్న సైకిలుని బలంగా కొట్టింది. అర్జున్ ఎగిరి అక్కడే ఉన్న పెద్ద చెట్టుకి కొట్టుకొని కింద పడ్డాడు. అతని తలకి దెబ్బ తగిలి రక్తం కారసాగింది.

"వెళ్లి వాడి ఫోన్ చెక్ చేయి. వీడియో ఏమైనా తీసాడేమో!?".

కమీషనర్ కారుదిగి అర్జున్ దగ్గరికి వెళ్ళాడు. జాగ్రత్తగా ఫోన్ తీసుకొని అర్జున్ ఫింగర్ ప్రింటుతో ఓపెన్ చేసాడు. ఫొటోస్ ,వీడియోస్ చెక్ చేశాడు.

నింపాదిగా "ఏమీ లేదు సార్! వీడేమీ రికార్డు చేయలేదు. ఈ ప్రమాదం కూడా చాలా సహజంగా ఉంటుంది. ఎవరో కారుతో ఆక్సిడెంట్ చేసి పారిపోయారనుకుంటారు." అని ఆ ఫోన్ అక్కడే పడేసి కారువద్దకి వెళ్ళాడు.

అది చూసేటప్పటికి లోపలున్న వ్యక్తికి చాలా కోపం వచ్చింది. "కొంచం బుర్ర పెట్టి పని చేయి. అన్నీ నువ్విలా వదిలేస్తావ్ కాబట్టే ఆ శేఖర్ గాడికి అన్ని ఆధారాలు దొరికాయి." అర్ధం కానట్టు మొహం పెట్టాడు కమిషర్.

"నీకింకా అర్ధం కాలేదా? రికార్డు చేయలేదు సరే! కానీ మనం చంపడం వాడు చూసాడు కదా! వాడి ఫోన్ ఇలానే ఉంటే వీడికి సంబంధిచిన వాళ్ళెవరైనా ఇక్కడికి వచ్చి వీణ్ణి తీసుకొని వెళ్లి హాస్పిటల్లో చేరుస్తారు. అప్పుడు మనం మళ్ళీ వీడెనక పడాలి."

కమీషనర్ "సారీ సర్! నాకు అసలు తట్టలేదు! " అని వెనక్కి వెళ్లి అర్జున్ ఫోన్ ని తీసుకొని నేలకేసి బలంగా కొట్టాడు. ఫోన్ ముక్కలు ముక్కలైంది.

తర్వాత "వీడు ఇంకొక 10 నిముషాలకంటే ఎక్కువ బ్రతకడు" అని అంటూ కారు వద్దకు వెళ్ళాడు. తర్వాత వాళ్లిద్దరూ కారులో అక్కడినుండి వెళ్లిపోయారు.

ఎన్నిసార్లు ఫోన్ ట్రై చేసినా అర్జున్ ఫోన్ స్విచ్ ఆఫ్ వస్తుంది. ఏమైందా అని ఆలోచిస్తూ వంట ముగించింది ప్రభ. అప్పటికి మధ్యాహ్నం 12 గంటలైంది. అశోక్

నిద్రనుండి లేచాడు. ప్రభ దగ్గరికి వచ్చి కాఫీ ఇమ్మని అడిగాడు. అర్జున్ ఎక్కడని అడిగాడు.

ప్రభ కాఫీ కలుపుతూ "ఏమో! వాడి ఫోన్ ఇందాకటినుండి స్విచ్ఆఫ్ వస్తుంది. పొద్దున్న ఒక్కసారి కాల్ చేసినప్పుడు రింగైంది" అంది కొంచం ఆందోళనగా!

"వాడి ఫ్రెండ్స్ కి కాల్ చేసి అడిగావా? ఆడుకోవడానికి అటునుండి అటే వెళ్ళుంటాడు!" అన్నాడు అశోక్.

"వాడు నాకు చెప్పకుండా వెళ్ళడు. అయినా వాడి ఫ్రెండ్స్ కి కాల్ చేసి అడుగుతాను." అని కాఫీ ఇచ్చి పక్కకి వెళ్ళింది ప్రభ.

కాఫీ తీసుకొని టీవీ దగ్గర కూర్చున్నాడు అశోక్.

పదినిముషాలలో కంగారుగా తిరిగి అశోక్ వద్దకు వచ్చింది.

"ఏమైంది!"

"అర్జున్ ఫ్రెండ్స్ కి ఫోన్ చేశాను. వాళ్ళు నిన్నటినుండి అర్జున్ని చూడలేదన్నారు. మెడిటేషన్ సెంటర్ కి ఫోన్ చేస్తే, అర్జున్ పొద్దున 8 కల్లా అక్కడినుండి వెళ్లిపోయాడన్నారు. వాళ్ళు మామూలుగానే తొమ్మిదికల్లా మెడిటేషన్ సెంటర్ క్లోజ్ చేసుకొని వెళ్లిపోయారట." అంది ప్రభ కంగారుగా.

"నువ్వు కంగారుపడకు. నేను ఒకసారి మెడిటేషన్ సెంటర్ వరకు వెళ్లి వస్తాను." అని అక్కడినుండి వెళ్ళాడు అశోక్.

సుమారు ఒక గంట తర్వాత తిరిగి వచ్చాడు. "అంతా వెతికాను ప్రభ! ఎక్కడా అర్జున్ లేడు. మెడిటేషన్ సెంటర్ దగ్గర ఉన్న షాపులలో కనుక్కుంటే, పొద్దున్నే అందరూ వెళ్లిపోయారని చెప్పారు."

"అయ్యో దేవుడా!" అంటూ కన్నీటి పర్యంతమైంది ప్రభ.

"ఇక ఆలస్యం చేయొద్దు. మనంవెళ్లి పోలీస్ స్టేషన్లో కంప్లైంట్ ఇద్దాం పద!" అనుకుని ఇద్దరూ దగ్గరలో ఉన్న పోలీస్ స్టేషన్ కి వెళ్లారు.

అక్కడ పోలీస్ స్టేషన్ లో ఇద్దరు కానిస్టేబుల్స్ మాత్రమే ఉన్నారు. అశోక్ వాళ్లతో "మా అబ్బాయి అర్జున్ పొద్దున్నే ఇంటినుండి వెళ్ళాడు. ఇప్పటి వరకూ రాలేదు. వాడి ఫోనేమో స్విచ్ ఆఫ్ వస్తుంది. వాడి ఫ్రెండ్స్ కి ఫోన్ చేశాము. వాళ్ళదగ్గరికి కూడా రాలేదంట! మా అబ్బాయి ఏమయ్యాడో మీరే తెలుసుకోవాలి!" అన్నాడు ఆదుర్దాగా.

ఒక కానిస్టేబుల్ ఆలోచనగా "మీ అబ్బాయికి ఎన్ని సంవత్సరాలు?" అని అడిగాడు.

"పదిహేను సంవత్సరాలు" చెప్పాడు అశోక్.

"మీరు మీ అబ్బాయిని తిట్టడం కానీ, కొట్టడం కానీ చేశారా?" అడిగాడు కానిస్టేబుల్ చిన్నగా నవ్వుతూ.

"అవును! నిన్న ఒక విషయంలో కొంచం గట్టిగా మందలించాను" అన్నాడు అశోక్.

ఇదంతా వింటున్న ఇంకొక కానిస్టేబుల్ "ఇంకేం! మీ వాడు మీమీద అలిగి ఎక్కడో దాక్కొని ఫోన్ స్విచ్ ఆఫ్ చేసుంటాడు. అయినా తప్పిపోవడానికి మీ అబ్బాయేమి చిన్న పిల్లవాడు కాదు కదా! నేననుకోవడం, ఈరోజు రాత్రికానీ, రేపు కానీ వాడే మీ ఇంటికి వచ్చేస్తాడు. ఇలాంటివి మేము చాలా చూస్తుంటాము. దయచేసి మీరు ఇంటికి వెళ్లి మీ అబ్బాయి కోసం ఎదురుచూడండి" అని కానిస్టేబుళ్ళిద్దరు భోజనం చేయడానికి వెళ్లిపోయారు.

ప్రభవైపు అనుమానంగా చూసాడు అశోక్. ప్రభ "వాడలా చేయడు. వాడి మీద నాకు నమ్మకం ఉంది." అంది అర్జున్ని సమర్ధిస్తూ.

"సరే రాత్రి వరకూ చూసి మళ్ళీ వద్దా"మనుకొని ఇద్దరూ అక్కడినుండి ఇంటికి వెళ్లిపోయారు. ఇంటికి వెళ్లారు కానీ వాళ్ళకి ఏమీ తినాలనిపించలేదు. అర్జున్ కి ఎక్కువమంది స్నేహితులేమీ లేరు. అతనితో చదివేవాళ్ళందరూ అతనికంటే చిన్నవాళ్లు. వాళ్ళెవరూ అర్జున్ తో ఎక్కువసేపు ఉండటానికి ఇష్టపడరు. అందువల్ల అర్జున్ ఎక్కువగా ఇంట్లోనే ఉండేవాడు. ప్రభకైతే అర్జునే లోకం. వాడు లేకపోయేటప్పటికీ ఇద్దరూ బాగా దిగాలుపడిపోయారు. ఏమీ తినకుండా సాయంత్రం వరకూ ఎదురుచూశారు. చీకటిపడుతోంది కానీ అర్జున్ మాత్రం రాలేదు.

అశోక్, ప్రభ ఇద్దరూ సాయంత్రం ఏడుగంటలకు తిరిగి పోలీసుస్టేషన్ కి వెళ్లారు. అంతకుముందు మాట్లాడిన కానిస్టేబుల్ వాళ్ళని చూస్తూనే "అప్పుడే మళ్ళీ వచ్చారేంటి? మీ అబ్బాయి ఇంకా ఇంటికి రాలేదా?" అని అడిగాడు కొంచం చిరాకుగా.

ప్రభ కళ్ళలో నీళ్లు చూసి సమాధానం అవసరం లేదన్నట్టుగా "మీరు ఇంకొక రోజు ఎదురుచూడండి. మీ అబ్బాయి తనే ఇంటికి వచ్చేస్తాడు. కావాలంటే కంప్లైంట్ ఇచ్చి వెళ్ళండి" అన్నాడు.

అశోక్ "లేదు మేము ఎస్సై ని కలిసి కంప్లైంట్ ఇస్తాము" అన్నాడు.

"ఇంత చిన్న విషయానికి ఎస్సై వరకూ ఎందుకు? మీరు కంప్లైంట్ ఇవ్వండి. నేను చూసుకుంటాను." అని వాళ్ళని ఆపబోయాడు.

వాళ్ళు గబగబా ఎస్సై రూంలోకి వెళుతుంటే "ఒక్క నిముషం! ఆగండి. లోపలికి వెళ్లొద్దు" అంటూ వాళ్ళని వారించబోయాడు.

అయినా అశోక్, ప్రభ వేగంగా ఎస్సై రూములోకి వెళ్లారు. ఆ రూంలో ఒక చోట చిన్న లైట్ తప్ప అంతా చీకటిగా ఉంది. కానిస్టేబుల్ కూడా లోపలికి వెళ్ళాడు.

"మేడం! నేను చెపుతుంటే వీళ్ళు ఆగడంలేదు" అన్నాడు ఎస్సైతో తనదేమీ తప్పు లేదన్నట్టుగా.

కుర్చీలో ఉన్న ఎస్సై స్వర్ణలత "ఫర్లేదు. లైట్ వేయండి".

కానిస్టేబుల్ ట్యూబెలైట్ వేసాడు. ఏదో చాలా బాధలో ఉన్నట్టు స్వర్ణలత కళ్ళు ఎఱ్ఱగా ఉన్నాయి. "కూర్చోండి! ఏమి జరిగింది?" ఆమె గొంతు సైతం గద్గదంగా, నెమ్మదిగా ఉంది.

వాళ్ళు ఎస్సైని అలా చూసి నిర్ఘాంతపోయారు. అశోక్ నెమ్మదిగా జరిగిన విషయం చెప్పడం మొదలుపెట్టాడు. ప్రభ కళ్ళు తుడుచుకుంటూ అటూఇటూ చూస్తుండగా అదే గదిలో ఉన్న ఒక విరిగిపోయిన సైకిల్ మీద దృష్టి పడింది. అంతే! ప్రభ ఉన్నట్టుండి గభాల్న లేచి ఆ సైకిల్ వద్దకి వెళ్ళింది.

"ఇది మీకెక్కడిది? ఇది మా అర్జున్ సైకిల్. ఏమైంది వాడికి? వాడెక్కడ ఉన్నాడు?" అని ఒక్కసారిగా ఏడవడం ప్రారంభించింది.

వెంటనే అశోక్ వెళ్లి ప్రభని పట్టుకొని ఎస్సై వైపు చూశాడు.

"చెప్తాను. మీరు నాతో రండి" అంటూ వాళ్ళని తన జీపు దగ్గరికి తీసుకెళ్లింది స్వర్ణ.

ముగ్గురూ పోలీస్ జీపులో హాస్పిటల్ వైపు బయలుదేరారు. అశోక్ ముందు సీట్లో స్వర్ణ పక్కన కూర్చోగా, ప్రభ వెనక సీట్లో కూర్చుంది. వాళ్ళ పరిస్థితిని అర్థం చేసుకుంది స్వర్ణ.

స్వర్ణ జరిగింది చెపుతూ "మధ్యాహ్నం పనిమీద కారులో వెళుతుంటే రోడ్డు పక్కన విరిగిన ఒక సైకిల్ ని చూసి ఆగాను. కొంచం పక్కన చూస్తే ఒక పిల్లాడు పడున్నాడు. దగ్గరికి వెళ్లి చూశాను. ఏదో వెహికల్ వేగంగా గుద్దినట్టుంది. అబ్బాయి తలకి గాయమై చాలా రక్తం పోయింది."

ప్రభ "అయ్యో! మళ్ళీనా?" అంటూ ఏడవడం మొదలుపెట్టింది.

స్వర్ణ ఒకసారి వెనక్కి తిరిగి ప్రభని చూసి, మళ్ళీ అశోక్ తో ఇలా అంది "నేను వాణ్ణి పట్టుకొని చూశాను. బ్రతికేఉన్నాడు. కానీ వాడొక విచిత్ర స్థితిలో ఉన్నాడు. కళ్ళతో పైకి చూస్తున్నాడు. శరీరంలో మాత్రం కదలికేమీ లేదు. వాణ్ని చూస్తే చనిపోయినట్టపించలేదు. నేను వాడి చెంపమీద తడుతూ తెలివి తెచ్చే ప్రయత్నం చేశాను. వెంటనే స్పృహలోకి వచ్చి నన్ను చూశాడు. మళ్ళీ వెంటనే కళ్ళు మూసి స్పృహతప్పి పోయాడు. నేను వెంటనే వాణ్ణి నా కారులో తీసుకొని దగ్గరలోని హాస్పిటలుకి వెళ్ళాను. అప్పటికే రక్తం బాగా పోవడంవల్ల అక్కడ డాక్టర్లు ఏమీ చేయలేమని చెప్పారు. నేను వెంటనే అక్కడి నుండి వేరే పెద్ద హాస్పిటల్ కి వెళ్ళాను. అక్కడి డాక్టర్లు మీ వాడికి ట్రీట్మెంట్ ఇస్తున్నారు. ఇందాక ఆ డాక్టరు నాకు ఫోన్ చేశాడు. మీ అబ్బాయికి ప్రాణాపాయమేమీ లేదు కానీ ఇంకా కోమాలోనే ఉన్నాడని చెప్పాడు. 24 గంటల్లో అబ్బాయికి స్పృహ వచ్చే అవకాశాలు ఉన్నాయిట. ఆక్సిడెంట్ జరిగినప్పుడు మీ అబ్బాయి ఫోన్ కూడా కిందపడి

పగిలిపోయింది. అందువల్ల నేను మీకు త్వరగా సమాచారం అందించలేకపోయాను."

ప్రభ, అశోక్ ఏమి మాట్లాడలేదు. వాళ్ళకి త్వరగా అర్జున్ ని చూడాలని ఉంది.

ముగ్గురూ హాస్పిటల్కి వెళ్లారు. ఎస్సై స్వర్ణ ఇద్దరినీ నేరుగా అర్జున్ ఉన్న ఎమర్జెన్సీ వార్డుకి తీసుకొని వెళ్ళింది. అక్కడ కాపలాగా ఉన్న కానిస్టేబుల్ స్వర్ణ ని చూసి లేచినిలుచున్నాడు. అతనితో స్వర్ణ "వీళ్ళిద్దరూ ఆ ఆక్సిడెంటయిన అబ్బాయి పేరెంట్స్. వీళ్ళని లోపలికి తీసుకెళ్ళి అబ్బాయిని చూపించు" అంది.

సరే మేడం అంటూ ఆ కానిస్టేబుల్ వాళ్ళిద్దరిని లోపలికి తీసుకువెళ్లాడు.

తలకి కట్టుతో, చేతికి సెలైన్ బాటిల్ పెట్టి స్పృహ లేకుండా ఉన్న అర్జున్ని చూసేటప్పటికి ప్రభకి కన్నీళ్లు ఆగలేదు. అశోక్ సైతం అర్జున్ ని చూసి చాల బాధపడ్డాడు. అక్కడే ఉన్న డాక్టర్ వీళ్ళని చూసి "మీరు ఈ అబ్బాయి తల్లితండ్రులా?" అని అడిగాడు. అవునన్నట్టుగా తలూపాడు అశోక్.

"మీ అబ్బాయి చాలా అదృష్టవంతుడు! ఇంతకీ అబ్బాయి పేరేమిటి?" అని అడిగాడు ఆ డాక్టర్ కొంచం నెమ్మదైన స్వరంతో.

"అర్జున్" అని బదులిచ్చాడు అశోక్.

"నిజంగా అర్జున్ చాలా అదృష్టవంతుడు. ఇనెస్పెక్టర్ అతన్ని సరైన సమయానికి తీసుకొని వచ్చారు. ఏమాత్రం లేటైనా మేమేమీ చేయలేకపోయేవాళ్ళం. ఇంకా చెప్పాలంటే ఒకవేళ మీరు వాణ్ణి ఆ స్థితిలో తెచ్చినా మేము ఇంత బాగా ట్రీట్మెంట్ ఇవ్వగలిగే వాళ్ళంకాదు.

ఎందుకంటే ఇవ్వాళ ఆదివారం అవ్వటంవల్ల సీనియర్ డాక్టర్లు ఎవరూ ఇక్కడ లేరు. ఇన్స్పెక్టర్ స్వయంగా తీసుకొని రావడంవల్ల మేము తప్పనిసరిగా హాస్పిటల్లో చేర్చుకోవాల్సి వచ్చింది. ట్రీట్మెంట్ కోసం అత్యవసరంగా సీనియర్ డాక్టర్లని ఫోన్ చేసి పిలిపించాము. ట్రీట్మెంట్ అంతా బాగా జరిగింది. ఇప్పుడు అర్జున్ ప్రాణాలకి ప్రమాదమేమీ లేదు. ఇంకో 24-48 గంటల్లో స్పృహలోకి రావచ్చు." అని వివరించాడు డాక్టర్.

"చాలా థాంక్స్ డాక్టర్!" అన్నాడు అశోక్ పెద్ద గండం గడిచింది అనుకుంటూ.

"నో నో! నాకు కాదు. మీరు ఇన్స్పెక్టర్ స్వర్ణ గారికి థాంక్స్ చెప్పండి. క్రెడిట్ అంతా ఆవిడదే!" అన్నాడు డాక్టర్.

ఎస్సైని కలవడానికి అశోక్ ఎమర్జెన్సీ వార్డ్ బైటికి వచ్చాడు. కానీ ఆమె అక్కడ లేదు. ఆమెని వెతుక్కుంటూ బైటికి వచ్చాడు. స్వర్ణ అప్పటికే జీపులో అక్కడినుండి వెళ్ళిపోతూ కనిపించింది. అక్కడ ఉన్న కానిస్టేబుల్ కూడా ఇంటికి వెళ్లిపోవడానికి సిద్ధపడుతున్నాడు.

"మీ మేడంకి థాంక్స్ చెపుదామనుకుంటే ఆవిడ అలా వెళ్లిపోయారేమిటి? వేరేమైనా ఇంపార్టెంట్ కేసు ఉందా?" అడిగాడు అశోక్ అక్కడి కానిస్టేబుల్ ని ఆశ్చర్యంగా.

"లేదండి! వాళ్ళ నాన్నగారు ఇవ్వాళ ఆక్సిడెంట్ లో చనిపోయారు. అందుకే వెళ్లిపోయారు. అంత దుఃఖంలో కూడా మీ అబ్బాయిని ఇక్కడికి తీసుకొచ్చి చేర్పించారు." అన్నాడు కానిస్టేబుల్.

"అవునా? ఎంత గొప్ప వ్యక్తి మీ ఎస్సై. అంత బాధలో ఉండికూడా మాకు ఇంత సహాయం చేశారు" అన్నాడు ఆశ్చర్యంగా అశోక్.

"అవును. రెండు సంవత్సరాలక్రితం ఎస్సైగా ఇక్కడే ఉద్యోగంలో చేరారు. నిండా ఇరవైఐదు సంవత్సరాల వయసుకూడా లేదు. మా స్టేషన్లో ఆవిడే అందరికంటే చిన్నవారు. అయినా తాను మా అందరికి చాల స్ఫూర్తినిస్తారు! సరేనండి! ఇక నేను ఇంటికి వెళ్తాను" అని చెప్పి అక్కడినుండి వెళ్ళిపోయాడు ఆ కానిస్టేబుల్.

ఇన్ని సంవత్సరాలలో అర్జున్ని 'అదృష్టవంతుడు' అని వినడం ఇదే మొదటిసారి అశోక్ కి. అర్జున్ని కాపాడిన ఎస్సై స్వర్ణకి మనస్సులో కృతజ్ఞతలు చెప్పుకున్నాడు. నెమ్మదిగా ఎమర్జెన్సీ వార్డ్ వైపు వెళ్ళాడు. అప్పటికి ప్రభ కూడా బైటికి వచ్చేసింది. ప్రభ మొహం ఇంకా విచారంగానే ఉంది. అవును నిజమే! ఇప్పటికే చదువులో వెనకపడి ఉన్న అర్జున్ కి ఈ ప్రమాదం శరాఘాతమే! ప్రస్తుతానికైతే అర్జున్ త్వరగా కోలుకుంటే చాలనుకుంటూ ప్రభ వైపు వెళ్ళాడు అశోక్.

ఇంతలో డాక్టర్ " హలో సర్! కొంచం ఇలా రండి!" అని పిలిచాడు.

అశోక్ నేరుగా డాక్టర్ వద్దకు వెళ్ళాడు. "మీరు ఒక్కసారి మా బిల్లింగ్ సెక్షన్ కి వెళ్ళండి. అర్జున్ పేరుమీద ఇంకా డిపాజిట్ కూడా కట్టలేదు. మీరు త్వరగా ఆ బిల్స్ క్లియర్ చేయండి. ఎస్సై హాస్పిటల్లో చేర్చడం వల్ల మేమేమి అడగలేదు. కానీ రేపు మా ఇన్‌ఛార్జ్ చూస్తే మాకు ప్రాబ్లెమ్ అవుతుంది. " అన్నాడు డాక్టర్.

"సారీ అండి! ఇప్పుడే వెళ్లి మనీ కట్టేస్తాను!" అని అటువెళ్ళాడు అశోక్.

సెక్యూరిటీ డిపాజిట్ తో కలిపి సుమారు రెండు లక్షల వరకు బిల్ అయిందప్పటికి. అశోక్ వద్ద బ్యాంకులో 50

వేల వరకూ మాత్రమే మనీ ఉంది. అర్జున్ స్కూలుకి లక్ష వరకూ కట్టాలి. ఇక్కడేమో ఇప్పటికే రెండు లక్షలైంది.

అశోక్ కొంచం ఆలోచించి బ్యాంకులో పర్సనల్ లోన్ కి అప్లై చేశాడు. కొన్ని నిముషాలలోనే 4 లక్షలు బ్యాంకు అకౌంట్లో జమైంది. వెంటనే రెండు లక్షలు తీసుకొని అక్కడ కట్టేసాడు.

అలానే స్కూలు అకౌంటుకి ఒక లక్ష ట్రాన్స్ఫర్ చేసి వాళ్ళకి ఈ-మెయిల్ పట్టాడు. అదే ఈ-మెయిల్ లో అర్జున్ ఆక్సిడెంట్ గురించి చెప్పి, మూడు వారాలు అర్జున్ కి సెలవు కావాలని కోరాడు. తర్వాత నెమ్మదిగా ఎమర్జెన్సీ వార్డ్ వద్దకి వెళ్లి ప్రభ పక్కన కూర్చున్నాడు.

ఇదంతా పూర్తయ్యేటప్పటికి రాత్రి పదకొండుగంటలైంది. అక్కడే ఒక బిస్కెట్ ప్యాకెట్ కొన్నాడు అశోక్. పొద్దున్నుండి ఇద్దరూ ఏమీ తినలేదు.

ఇంతలో కంపౌండర్ వచ్చి "మేము మీ అబ్బాయి దగ్గరే ఉంటాము. మీరు వెళ్లి రేపొద్దున్నరండి". అని అన్నాడు. వాళ్లిద్దరూ ముభావంగా ఉండటం చూసి "మీ ఒక్కగానొక్క అబ్బాయనుకుంటాను. సరేలే!" అని అక్కడినుండి వెళ్ళిపోయాడు.

అశోక్ బిస్కెట్ ఇస్తూ "ప్రభ! ఇది తిను. పొద్దున్ననుండి ఏమీ తినలేదు. అర్జున్ కి ఏమీ కాదులే! డాక్టర్ చాలా నమ్మకంగా చెప్పారు. స్కూల్ ఫీజు కూడా అంతా కట్టేసాను. అర్జున్ కొంచం కోలుకున్నాక, నేను వెళ్లి హెడ్ మాస్టారుతో మాట్లాడతాను. నువ్వేమీ బాధపడకు. అంతా సవ్యంగానే జరుగుతుంది." అన్నాడు ఓదార్పుగా.

ప్రభ "ఆ దేవుడు మనల్ని ఎందుకిలా పరీక్షిస్తున్నాడో నాకర్థం కావడంలేదు. పాత గాయం నుండి వీడింకా కోలుకోనేలేదనుకుంటే ఇప్పుడు మళ్ళీ! నా అర్జున్ కి

ఏమైనా జరిగితే దేవుణ్ణి నేనింక పూజించను. అంతే!" అంది కన్నీళ్లతో. ఆ పరిస్థితిల్లో ప్రభని ఓదార్చడం చాలా కష్టమని అశోకుకి తెలుసు. అర్జున్ ఎప్పటికి కోలుకుంటాడో, తర్వాత ఎలా ఉంటాడోని అశోకుకి కూడా భయంగానే ఉంది.

అప్పటికే బాగా అలిసిపోవడం వల్ల కుర్చీల్లోనే నిద్రపోయారిద్దరూ!

కిర్రుమని తలుపు తీసిన శబ్దమైంది. ఉలిక్కిపడి లేచి అటువైపు చూశాడు అశోక్. ఎమెర్జెన్సీవార్డు తలుపు దగ్గర ఒక నర్సు నిలబడుంది. ఆమె చేతిలో ఒక ఇంజక్షన్ ఉంది. అశోక్ లేవడం చూసి "సారీ సర్! ఈ ఇంజక్షన్ పేషెంటుకి ఇవ్వమని డాక్టర్ చెప్పారు." అని లోపలికి వెళ్ళింది.

అశోక్ కళ్ళు నులుముకుంటూ వాచ్ చూసాడు. అప్పటికి సుమారు అర్ధరాత్రి 2 గంటలైంది. ప్రభ ఇంకా నిద్రలోనే ఉంది.

లోపలికి వెళ్ళి నర్సు అర్జున్ సెలైన్ బాటిల్కి తన దగ్గరున్న ఇంజక్షన్ ఇచ్చింది.

అక్కడే స్పృహలేకుండా ఉన్న అర్జున్ కలకంటున్నాడు. కలలో అతను సైకిల్ తొక్కుతున్నాడు. "వేగంగా! ఇంకా వేగంగా వెళ్ళాలి! వెనకాల వాళ్ళు వచ్చేస్తున్నారు! త్వరగా పారిపోవాలి! వచ్చేస్తున్నారు. గుద్దేస్తారు! ఫాస్ట్! ఫాస్ట్! ఫా....... స్ట్!!!" కారు గుద్దిన పెద్ద శబ్దం...... ."

అంతే! ఒక్కసారిగా అర్జున్ స్పృహలోకి వచ్చి గబాల్న లేచి కూర్చున్నాడు. అతను ఉన్నట్టుండి లేవడంవల్ల అతని చేతికి పెట్టిన సెలైన్ బాటిల్ స్టాండ్ ఊగుతూ 'కిర్రు..కిర్రు'మని శబ్దం చేస్తోంది. నర్సు ఈ హఠాత్పరిణామానికి భయపడి కొంచం వెనకకి వెళ్ళి

నిలబడింది. అర్జున్ ఆమెని చూసాడు. "ఎవరీమె? నర్సు. ఎందుకు ఇక్కడికి వచ్చింది? ఇంజక్షన్ చేయడానికి!. కాదు కాదు!. నన్ను చంపడానికి వచ్చింది. 'వాడు' పంపించాడు. ఈమె అస్సలు నర్సు కాదు! నర్సు వేషం వేసుకొని వచ్చింది." అనుకుంటూ అప్రయత్నంగా సెలైన్ బాటిల్ చూసాడు. అది ఎర్ర రంగులో ఉంది. మళ్ళీ అతనిలో 'అర్జున్! వెంటనే చేతికి ఉన్న సెలైన్ పైపును పీకేయ్. అది విషం. విషం నీ శరీరంలోకి ఎక్కబోతుంది. వెంటనే తీసేయ్! వెంటనే తీసేయ్! వెంటనే తీసేయ్!' అని వినిపించసాగింది. ఇదంతా చాలా కొత్తగా ఉంది అర్జున్కి. ఎవరో బైటినుండి చెపుతున్నారనుకొని గబాల్న చెవులు రెండూ మూసుకున్నాడు. ఆ వేగానికి చేతికి పెట్టిన సెలైన్ పైపు చేతినుండి విడిపోయింది. స్టాండు కింద పడి పెద్ద శబ్దమైంది.

ఆ శబ్దానికి వార్డు బైట ఉన్న అశోక్, ప్రభ ఉలిక్కిపడి లేచి గబగబా లోపలికి వచ్చారు. అర్జున్ బెడ్ మీద కూర్చొని ఉన్నాడు. నర్సు భయంగా చూస్తోంది. అర్జున్ ప్రభని,అశోకుని చూశాడు. "వీళ్ళు అమ్మ నాన్న. ఎందుకిలా ఉన్నారు? నాకు ఆక్సిడెంట్ అవ్వడంవల్ల బాధగా ఉన్నారు. వీళ్ళు పొద్దున్నుండి ఏమీ తినలేదు. ఇంతకీ నేనెక్కడున్నాను? హాస్పిటల్లో ఉన్నాను" అనుకుంటూ చుట్టూ చూశాడు.

అర్జున్ ప్రవర్తన తిక్కగా, మతి స్థిమితం లేనట్టుగా కనిపించాయి అశోకుకి. నర్సుతో "మీరెళ్ళి, త్వరగా డాక్టర్ని తీసుకొని రండి. అర్జున్కి స్పృహ వచ్చిందని చెప్పండి." అన్నాడు అశోక్. నర్సు ఆలోచనగా మొహం పెట్టి అక్కడినుండి వెళ్ళిపోయింది.

ప్రభ నెమ్మదిగా అర్జున్ దగ్గరికి వెళ్ళింది. తనను చూసి అమ్మ భయపడుతోందని గ్రహించాడు అర్జున్. "అమ్మా!"

అని పిలిచాడు. ప్రభ అర్జున్ని పట్టుకొని భోరున ఏడవడం మొదలుపెట్టింది. అశోక్ కళ్ళు తుడుచుకుంటూ అర్జున్ దగ్గరికి వెళ్ళాడు. ఇద్దరూ అర్జున్ని కౌగలించుకొన్నారు. వాళ్ళ ప్రేమని చూసి అర్జున్ చాలా ఆనందపడ్డాడు.

కొంచం తమాయించుకొని అశోక్ "ఏమైంది అర్జున్? ఎవరు నిన్నిలా చేశారు? నువ్వు ఫోన్ చేసినప్పుడు నేను నిద్రలోఉండి చూడలేదు." అని అడిగాడు.

అర్జున్ కి జరిగిందంతా గుర్తుకువచ్చింది. భయంతో అతని బ్లడ్ ప్రెషర్ పెరిగి అక్కడి బీపీ మోనిటర్లోనుండి 'బీప్... బీప్..' అని శబ్దం రాసాగింది.

అది చూసి కంగారుగా అశోక్ "ఈ నర్సు వెళ్లి ఇంతసేపైంది. డాక్టర్ ఇంకా రాలేదు. వీళ్ళకి బిల్ కట్టించుకునేటప్పుడు మాత్రమే పెద్ద హాస్పిటల్ అని గుర్తుంటుంది." అన్నాడు విసుగ్గా.

అర్జున్ వెంటనే "ఆ నర్సు ఇకరాదు!" అన్నాడు ఏదో తెలిసినవాడిలా.

ఈ మాటలు విని ప్రభ, అశోక్ ఒకర్నొకరు అనుమానంగా చూసుకున్నారు. తన తలకి దెబ్బ తగలడంవల్ల మతిస్థిమితం తప్పిందేమోని వాళ్ళు అనుకుంటున్నారని గ్రహించాడు అర్జున్. నిజానికి అర్జున్కి తన స్థితి ఏమిటో తనకే అర్థంకాలేదు. మాములుగా చిన్నచిన్న ప్రశ్నలకి కూడా వెంటనే సమాధానం దొరకదు. అలాంటిది ఇప్పుడు ప్రతి ప్రశ్నకి అప్రయత్నంగా సమాధానం రావటంతో అర్జున్ చాలా భయానికి గురయ్యాడు. దాంతో అతని బ్లడ్ ప్రెషర్ ఇంకా ఎక్కువై బిపి మానిటర్ నుండి "బీప్. బీప్. బీప్.." శబ్దం వేగంగా రావడం మొదలుపెట్టింది.

వెంటనే ప్రభ "నర్సు రాకపోతే పోనీ! మీరెళ్ళి డాక్టర్ని తీసుకొనిరండి!" అంది అశోక్ తో ఆదుర్దాగా. అశోక్

పరిగెత్తుతూ డాక్టర్ ఉన్న వైపు వెళ్ళాడు. కొంచంసేపటి క్రితం 'అర్జున్ ని మేము చూసుకుంటామని చెప్పిన' కంపౌండర్ అక్కడ కుర్చీలో నిద్రపోతున్నాడు. అతన్ని అలా చూసేటప్పటికి చాలా కోపం వచ్చింది అశోక్ కి.

"హలో! లేవండి! త్వరగా డాక్టర్ని పిలవండి! అర్జున్కి స్పృహ వచ్చింది" అని అతన్ని తట్టి లేపే ప్రయత్నం చేసాడు.

కంపౌండర్ ఒకసారి కళ్ళుతెరిచి చూసి, మళ్ళీ పడుకున్నాడు. ఈసారి అశోక్ గట్టిగా అక్కడి బల్లమీద కొడుతూ అతన్ని నిద్రనుండి లేపడానికి ప్రయత్నించాడు. కంపౌండరైతే లేవలేదు కానీ లోపలున్న డాక్టర్ బైటికి వచ్చాడు. ఫోన్లో ఆయనేదో సినిమా చూస్తున్నట్టున్నాడు.

"ఏమైంది MR. అశోక్?" అడిగాడు డాక్టర్.

"అర్జున్కి స్పృహ వచ్చింది! మీకు చెప్పమని నర్సుకి చెప్పాను. మీ కంపౌండరేమో ఏమీ పట్టించుకోకుండా నిద్రపోతున్నాడు." అన్నాడు చిరాకుతో కూడిన కోపంతో అశోక్.

"అవునా? ఇతనేమిటి ఇలా పడుకున్నాడు?" అంటూ ఆ డాక్టర్ అక్కడ బాటిల్లో ఉన్న నీళ్లు కంపౌండర్ మొహం మీద కొట్టాడు. కంపౌండర్ లేచి "ఏమైంది డాక్టర్?" అని అడిగాడు. అతన్ని చూసేటప్పటికి డాక్టర్కి కూడా చాలా కోపం వచ్చింది. "ఏమిటీ మొద్దు నిద్ర? లేచి త్వరగా పద!" అన్నాడు కోపంగా.

"ఏమో సార్! రాత్రి టీ తాగినప్పటినుండి చాలా నిద్రొస్తోంది" అని కుర్చీలోనుండి లేచి రెండడుగులు వేసి కిందపడిపోయాడు కంపౌండర్.

అశోక్ "ఇతని సంగతి తర్వాత చూడొచ్చు. ముందు అక్కడికి రండి!" అన్నాడు విసుగ్గా.

"సో సారీ Mr. అశోక్! వీడి సంగతి రేపు చూస్తాను. ఇంతకీ అర్జున్కి ఏమైంది?"

"అర్జున్ లేచాడు. ఏదేదో మాట్లాడుతున్నాడు. అతని బి.పి. కూడా చాలా ఎక్కువగా ఉంది."

ఇద్దరూ త్వరగా అర్జున్ దగ్గరికి వెళ్లారు. డాక్టర్ అర్జున్ని పలకరిస్తూ "హాయ్ అర్జున్! ఎలా ఉన్నావు? వీళ్లెవరో గుర్తుపట్టావా?" అన్నాడు ప్రభ, అశోకులని చూపిస్తూ.

అర్జున్ తనలో 'ఇతనెవరు? ఇక్కడి డాక్టర్. నాకు మెడిసిన్ ఇవ్వడానికి వచ్చాడు. ఇతను మంచి డాక్టరే. నన్ను కాపాడటానికి ప్రయత్నిస్తున్నాడు' అని వినిపించింది. కొంచం శాంతించాడు అర్జున్.

"అమ్మా నాన్న!" అని బదులిచ్చాడు.

డాక్టర్ నవ్వుతూ "వెరీ గుడ్! చెప్పానా? అర్జున్ చాలా త్వరగా కోలుకుంటాడని. సరే! నీకు చిన్న ఇంజక్షన్ చేస్తాను. అంతా నార్మల్ అవుతుంది" అని అక్కడ ఉన్న ఇంజక్షన్ ఒకటి తీసుకున్నాడు.

పడిపోయిన సెలైన్ స్టాండుని చూసి "ఇదేమిటి? ఇదెప్పుడు కింద పడింది?" అడిగాడు డాక్టర్ ఆశ్చర్యంగా.

ప్రభ "ఇందాక ఒక నర్సు అర్జున్కి ఇంజక్షన్ చేయడానికి వచ్చింది. అప్పుడు అర్జున్ స్పృహలోకి రావడంతో సెలైన్ స్టాండు కిందపడిపోయింది. ఆమెతో మిమ్మల్ని వెంటనే పిలవమని చెప్పి పంపించాం!" అంది.

డాక్టర్ అర్జున్కి ఇంజక్షన్ చేస్తూ, అర్థంకానట్టు మొహంపెట్టి "ఇందాక మీవారు కూడా నన్ను పిలవడానికి నర్సుని పంపానని చెప్పారు. ఇప్పుడు మీరు కూడా అదే

చెపుతున్నారు. నిజానికి ఇప్పుడు నర్సులెవరూ డ్యూటీలో లేరు. అక్కడ నిద్రపోతున్న కంపౌండరే ఈ వార్డు ఇంఛార్జి. అయినా ఇంజక్షన్ ఏమైనా చేయాలంటే నేనే చేస్తాను. మేమిద్దరం తప్ప ఇక్కడ ఇంకెవరూ లేరు!" అని అర్జున్ తో "ఇప్పుడు నీకు నిద్ర పడుతుంది. ఇంకేమీ భయపడకు. నువ్వు త్వరగా కోలుకుంటావు" అన్నాడు.

అక్కడే ఉన్న ఇంకొక కొత్త సెలైన్ బాటిల్ని అర్జున్ చేతికి పెట్టాడు. అక్కడినుండి బైటికి వచ్చి "రియల్లీ సారీ ఫర్ దిస్! నేను వెళ్లి ఇది క్లీన్ చేయడానికి ఎవరినైనా తీసుకొస్తాను. మీరు వెళ్లి రెస్ట్ తీసుకోండి. నేనిక ఇక్కడేఉండి అర్జున్ని చూసుకుంటాను" అన్నాడు డాక్టర్.

అర్జున్ అప్పటికే దాదాపుగా నిద్రపోయాడు. అర్జున్ స్పృహలోకి వచ్చాడన్న ఆనందంతో ప్రభ, అశోక్ వెళ్లి కుర్చీలో కూర్చున్నారు.

అశోక్ "అదేంటి? నర్సులెవరూ లేరంటాడు ఆ డాక్టర్. మరి ఇందాక ఇంజక్షన్ చేయడానికి వచ్చినమ్మాయి ఎవరు? అంతా గందరగోళంగా ఉంది." అన్నాడు ఆశ్చర్యంగా.

ప్రభ "ఏమైతేనేం? అర్జున్ కి స్పృహ వచ్చింది. రేపు మీరు డాక్టర్ అరవింద్ కి ఫోన్ చేసి, అర్జున్ ఆక్సిడెంట్ విషయం చెప్పండి. మనం సాధ్యమైనంత త్వరగా అర్జున్ని ఆయన దగ్గరికి తీసుకొనివెళ్ళాలనుకుంటా!" అంది. సరే అన్నట్టు తలాడించాడు అశోక్.

నర్సు హాస్పిటల్ బైటికి వచ్చి కమీషనర్ కి ఫోన్ చేసింది.

"ఆ. చెప్పు! మీ ఫోన్ కోసమే ఎదురుచూస్తున్నాను. పనైందా?"

"లేదు! వాడు బ్రతికిపోయాడు. నేను విషం ఇంజక్షన్ ఇచ్చేటప్పటికి వాడు ఒక్కసారిగా లేచి కూర్చున్నాడు. నాకు భయమేసింది. సెలైన్ స్టాండు కింద పడిపోయింది. ఇంతలో వాడి తల్లితండ్రులు లోపలికి వచ్చారు. ఇంకేమీ చేయలేకపోయాను."

కమీషనర్ చిరాకుగా "ఇంత చిన్న పనికూడా చేయలేకపోతే ఎలా? ఎస్సై స్వర్ణ పనిచేసే స్టేషన్లో మన మనిషి ఉన్నాడు కాబట్టి, ఆ పిల్లాణ్ణి హాస్పిటల్లో చేర్చిన విషయం తెలిసింది. మీరైతే తేలికగా పని పూర్తి చేస్తారని మిమ్మల్ని పంపించాను. ఇప్పుడు ఆ పిల్లాడు బ్రతికిపోతే, పెద్దాయనకి నేనేం సమాధానం చెప్పాలి?"

"అంతా ప్లాను ప్రకారమే చేశాము. కానీ వాడు అనుకోకుండా స్పృహలోకి రావడంవల్ల అంతా పాడైంది. పోనీ ఇప్పుడు లోపలికి వెళ్లి తుపాకీతో కాల్చేసేదా? ఈ పనైతే వెంటనే చేసేస్తాను."

"నో .. నో! అలా ఏమీ చేయొద్దు. మిమ్మల్నెవరైనా చూశారా ఆ హాస్పిటల్లో?"

"హాస్పిటల్లో పనిచేసేవాళ్ళెవరూ చూడలేదు! ఆ పిల్లాడు, వాడి పేరెంట్స్ మాత్రం చూశారు!"

"అయ్యో! సరే మళ్ళీ అక్కడికి వెళ్లొద్దు! మీరు అక్కడ పనిచేయడంలేదని వాళ్ళకి ఈ పాటికే తెలిసుంటుంది. మీరు మళ్ళీ వెళితే, అనవసరంగా పెద్ద సీన్ క్రియేట్ అవుతుంది. సైలెంటుగా అక్కడినుండి వెళ్లిపోండి. తర్వాత వేరేదైనా ప్లాన్ చేద్దాం. బై!" అని ఫోన్ పెట్టేశాడు పోలీస్ కమీషనర్.

3 రోజులు హాస్పిటల్లోనే ఉన్నాడు అర్జున్. చాలా వరకు కోలుకున్నాడు. అశోక్ ఆ వారం పూర్తిగా సెలవు తీసుకొని అర్జున్ దగ్గరే ఉన్నాడు. ఎదుటివాళ్ళ మనసులో విషయాలు తెలియడంవల్ల ఎవరితో కలిసేవాడుకాదు అర్జున్. తనకేమైందో తనకే తెలియని పరిస్థితి. తనకి తెలుస్తున్న విషయాలు నిజమో కాదు కూడా తెలియదు. ఏమైనా అంటే వెర్రివాడిలా చూస్తారని, అడిగిన ప్రశ్నకి మాత్రం క్లుప్తంగా సమాధానం ఇచ్చేవాడు. ఎక్కువ సమయం ఒంటరిగా ఉండటానికి ఇష్టపడేవాడు.

ప్రభ "గమనించారా మనవాణ్ణి? అంతకుముందులా మనతో కలవడంలేదు. ఎప్పుడూ ఒంటరిగా ఉంటున్నాడు. వీణ్ణి మనం సాధ్యమైనంత త్వరగా డాక్టర్ అరవింద్ దగ్గరికి తీసుకొని వెళ్ళాలి." అంది విచారంగా అశోక్ తో.

"అవును. ఏమడిగినా వద్దంటున్నాడు. ఏమైందో ఏమిటో? ఇక్కడి డాక్టర్లు సైతం వీణ్ణి ఒకసారి మానసిక వైద్యుడి దగ్గరికి తీసుకెళ్లమన్నారు. డాక్టర్ అరవింద్ తో వచ్చేవారానికి అపాయింట్మెంట్ బుక్ చేశాను. ఆయన బ్రిటన్ కి వెళ్లడం వల్ల ఈ వారం అతన్ని కలవడం కుదరదు."

అంతలో కంపౌండర్ వచ్చి "Mr. అశోక్! మీ అబ్బాయి రిపోర్టులు అన్ని నార్మల్ గా ఉన్నాయి. రేపొద్దున డిశ్చార్జ్ చేస్తున్నామని డాక్టర్ చెప్పమన్నారు. మీకేమైనా సందేహాలుంటే ఈ రోజు సాయంత్రం డాక్టర్ రౌండ్స్ కి వచ్చినప్పుడు అడగండి. ఆ రోజు రాత్రి అలా నిద్రపోయినందుకు నన్ను క్షమించండి. మామూలుగా నేను చాలా అప్రమత్తంగా ఉంటాను. అప్పుడు ఎందుకలా

నిద్రపోయానో నాకు తెలియడంలేదు." అని వెళ్ళిపోయాడు.

ఇంటికి వెళ్ళాక కూడా అర్జున్ లో ఏ మార్పూలేదు. ఎవరితో ఏమైనా మాట్లాడాలనుకుంటే వాళ్ళనుకునేవి తెలియడంతో అర్జున్ కి చాలా ఇబ్బందిగా ఉంది. అందుకే ఒంటరిగా ఉండటానికే ఇష్టపడేవాడు. తన తల్లితండ్రులు తనకోసం పడ్డ కష్టాలు, అవమానాలు తెలిసినప్పుడల్లా చాలా బాధపడేవాడు. తనకు ఆక్సిడెంట్ జరగడానికి ముందే బాగుండేదనిపించేది. అప్పుడు బైట ఎవరేమన్నా పెద్దగా పట్టించుకునేవాడు కాదు. ఇంట్లో అమ్మ, నాన్న ప్రేమగా ఉండేవారు. అలా బైటివాళ్లన్న మాటలు అన్నీ మర్చిపోయేవాడు. ఇప్పుడతనికి ఏదైనా మరిచిపోవడం చాలా కష్టంగా ఉంది. ఏంవిన్నా, ఏంచూసినా అతని మెదడులో అలా ఉండిపోతుంది.

ఏమీ తోచక ఇంట్లో ఉన్న పుస్తకాలు చదవడం మొదలుపెట్టాడు. ఏ పుస్తకమైనా కొద్దిసేపటిలోనే చదవడం పూర్తయిపోయేది. చదువుతున్నప్పుడే బాగా అర్థమయ్యేవి. అలానే చదివిన ప్రతి చిన్న పదమూకుడా గుర్తుంటోంది. ఒక్కరోజులోనే ఇంట్లో ఉన్న చాలా బుక్స్ చదివేశాడు. పై షెల్ఫ్ లో ఉన్నపుస్తకాలతో పాటు రామాయణాన్ని కిందకి తీశాడు. అది అశోకుకి చదువుకునే రోజుల్లో ప్రైజ్ వచ్చింది. కానీ అశోకెప్పుడూ అది చదవడానికి ప్రయత్నించలేదు.

అర్జున్ ఆ పుస్తకం మీద ఉన్న దుమ్ము దులుపుతుంటే నవ్వొచ్చింది ప్రభకి. వచ్చి అర్జున్ పక్కన కూర్చుంది. "ఇంకేం పుస్తకాలు దొరకలేదా? ఇది తీసుకున్నావు." అంది హాస్యంగా.

"ఉన్నాయి కానీ వాటిల్లో అంత గొప్ప విషయాలేమి లేవు." అన్నాడు చిన్నగా నవ్వుతూ.

ప్రభకి డిటెక్టివ్ కథలంటే చాలా ఇష్టం. అప్పటికే రెండుసార్లు చదివిన ఒక కథని చూపిస్తూ "అవునా? ఈ మ్యాగజైన్ లో ఉన్న డిటెక్టివ్ కథ చదివావా?" అనడిగింది.

"ఆ. చదివాను. భార్యే భర్తని హత్య చేసిందని 30 పేజీల తర్వాత డిటెక్టివ్ కనుక్కుంటాడు. అయినా మొదటి పేజీలోనే, హత్య జరిగినప్పుడు వాళ్లిద్దరే ఇంట్లో ఉన్నారని స్పష్టంగా రాశాడు. ఇంకేమవుతుంది అంతకుమించి!..!..?"

అలా ఒక్క ముక్కలో తేల్చేటప్పటికి, ఇంకేమాట్లాడాలో అర్థం కాలేదు ప్రభకి. "బాగా మాట్లాడుతున్నావు!" అంటూ అక్కడినుండి వెళ్ళిపోయింది.

తనకిష్టమైన కథనలా అనేసరికి అమ్మకి కోపమొచ్చిందని గ్రహించాడు అర్జున్. ఎదుటివాళ్ళ మనసులో ఏముందో తెలుస్తుంది కానీ వాళ్ళని ఎలా మెప్పించాలో తెలియదు అర్జున్ కి.

శుక్రవారం, 07 డిసెంబర్. ఆరోజు పొద్దున్న ప్రభ సూపర్ మార్కెట్ కి వెళ్తూ అర్జున్ని కూడా రమ్మంది. సరేనని బయలుదేరాడు అర్జున్. ఇద్దరూ నడుచుకుంటూ వీధి చివర ఉన్న సూపర్ మార్కెట్ కి వెళ్లారు. అర్జున్ తో కలిసి కావలసిన సరుకులు కొంటూంటే అక్కడ కూరగాయలు కనిపించాయి. ప్రభ "అయ్యో! బయలుదేరేటప్పుడు ఫ్రిడ్జిలో ఏమేమి కూరగాయాలున్నాయో చూద్దామనుకున్నాను. కానీ మర్చిపోయాను. మీ నాన్న ఇంకా నిద్రనుండి లేచుండరు. ఇప్పుడెలా?" అంది అర్జున్ తో.

అర్జున్ "ఎక్కువ కూరగాయాలేమి లేవు. నిన్న నాన్న చాలా తక్కువ కూరలే తెచ్చారు."

"సరే! ఏమేమి ఉన్నాయో నీకేమైనా గుర్తుందా?"

"ఆఁ .. నాల్గు టమోటాలు. ఆరు బెండకాయలు. ఒక పెద్ద సొరకాయ. ఇంకా కొన్ని పచ్చిమిరపకాయలు ఉన్నాయి" అన్నాడు అర్జున్ తడుముకోకుండా.

ఆశ్చర్యంగా చూసింది ప్రభ. మాములుగా అయితే అర్జున్ గుర్తులేదనేవాడు.

"సరే! నీకు కావలసిన కూరలు తీసుకో!" అని పక్కకి వెళ్లి అశోకుకి ఫోన్ చేసి ఇంట్లో ఉన్న కూరగాయల వివరాలు చెప్పమంది. అర్జున్ చెప్పినట్టే చెప్పాడు అశోక్. ప్రభ ఆశ్చర్యం రెట్టింపైంది. ఇంతలో అర్జున్ కావలసిన కూరగాయలు తీసుకొచ్చాడు.

ఇద్దరూ కలిసి కౌంటర్ దగ్గరికి వెళ్లారు. అదే వీధిలో ఉండటంవల్ల ప్రభ, అర్జున్ అక్కడ పనిచేసే వాళ్ళకి తెలుసు. వాళ్ళు అర్జున్ని సరదాగా ఆటపట్టిస్తుండేవారు. వాళ్ళు అడిగే ప్రశ్నలకి అర్జున్ పొరపాటునకూడా సరిగ్గా సమాధానం చెప్పలేకపోయేవాడు. తప్పు చెప్పగానే అందరూ నవ్వేవారు.

అలాగే బిల్ ఎంతైందో చెప్పమన్నాడు కౌంటర్లోని అబ్బాయి.

"681.70" చెప్పాడు అర్జున్.

"తప్పు! 710.70" అన్నాడు అతను కొంచం వెటకారంగా నవ్వు తూ.

మాములుగా అయితే అర్జున్ సైలెంట్గా తలదించుకుని అక్కడినుండి వెళ్ళిపోయేవాడు.

"కాదు. 681.70. ఈ ఐస్క్రీమ్ మీద ఒకటే కొంటే ఇంకొకటి ఫ్రీ అనుంది. మీరు సరిగ్గా బిల్ చేయలేదు" అన్నాడు అర్జున్ కొంచం ఉక్రోషంగా.

ఇంతలో అబ్బాయి ఫైనల్ బిల్ బటన్ కొట్టాడు. వెంటనే స్క్రీన్ మీద 681.70 అని చూపిస్తూ బిల్ ప్రింటయింది. ఆశ్చర్యంగా ప్రభవైపు చూశాడతను. బిల్ కట్టేసి ఇద్దరూ అక్కడినుండి ఇంటికెళ్లారు.

అర్జున్ లో వచ్చిన మార్పును శ్రద్ధగా గమనిస్తుంది ప్రభ. ఇంటికి వెళ్ళాక ఆ విషయం అశోకుకి చెప్పాలనుకుంది.

"చూశారా? ఇందాక సూపర్ మార్కెట్లో, అర్జున్ సరైన బిల్ అమౌంట్ చెప్పి అందరినీ ఆశ్చర్యపరిచాడు." అంది సంతోషంగా.

అశోక్ అదేమీ పట్టించుకోకుండా "వాణ్ని ముందు చదువు మీద దృష్టి పెట్టమను. ఈసారి పాసైతే వాడికి ఒక కొత్త సైకిల్ కొంటానని చెప్పు" అన్నాడు.

ఇంకేమీ మాట్లాడలేదు ప్రభ. తర్వాత ఏదో పనిమీద బైటికి వెళ్ళాడు అశోక్.

ఇంతలో కాలింగ్ బెల్ మోగింది. అర్జున్ వెళ్లి తలుపు తీసాడు. అర్జున్ని చూడటానికి ఎస్సై స్వర్ణ వచ్చింది.

"హాయ్ అర్జున్! ఎలా ఉన్నావు?" అడిగింది స్వర్ణ పలకరింపుగా.

"ఫర్వాలేదండి! లోపలికి రండి" పిలిచాడు అర్జున్ ఎవరీమె అనుకుంటూ. స్పృహ వచ్చిన తర్వాత అర్జున్ స్వర్ణని చూడలేదు.

ప్రభ: "రండి మేడం! కూర్చోండి" అంటూ సోఫా దగ్గరికి తీసుకెళ్లింది.

స్వర్ణ: "కొన్ని ముఖ్యమైన పనులవల్ల మీరు హాస్పిటల్లో ఉన్నప్పుడు చూడటానికి రాలేదు. ఇలా వెళ్తూ మిమ్మల్ని ఒకసారి చూసివెళదామని వచ్చాను."

ప్రభ: "ఫర్లేదు! మీరు ఎప్పుడైనా రావచ్చు. అర్జున్! నీకు ఆక్సిడెంట్ అయినప్పుడు ఈమే నిన్ను హాస్పిటల్లో చేర్పించారు." అంది అర్జున్ తో.

అర్జున్ కి ఆక్సిడెంట్ అయిన ప్రదేశం చాలా లోపలికి ఉంటుంది. అక్కడికి ఈమె ఎందుకు వచ్చిందా అనుకుంటూ "చాలా థాంక్సండీ" అన్నాడు అర్జున్.

స్వర్ణ: "నో ప్రాబ్లెమ్! నువ్వు ఆ ప్రమాదం నుండి కోలుకున్నందుకు నాకు కూడా చాలా సంతోషంగా ఉంది. ఒక చిన్న ప్రశ్న. నిన్నెవరు గుద్దారో ఏమైనా గుర్తుందా?"

అర్జున్ మొహంలో భావాలు కొంచం మారాయి. కొంచం భయంగా "లేదండి. వెనకనుండి వచ్చి గుద్దారు. అలా జరుగుతుందని నేనస్సలు అనుకోలేదు. తర్వాత ఏమిజరిగిందో నాకు గుర్తులేదు."

స్వర్ణ: "సర్లే! నేనూ అదే అనుకున్నాను! వాళ్లెవరో నిన్ను గుద్ది పారిపోయారు" అని ప్రభతో "మిమ్మల్ని జీపులో

తీసుకెళ్లేటప్పుడు 'మీ అబ్బాయి తలకి గాయమైందని' అంటే మీరు 'మళ్ళీనా' అన్నారు. అప్పుడు నాకు తెలుసుకునే అవకాశం కుదరలేదు. అంటే ఇంతకుముందు కూడా మీ అబ్బాయికి ఏమైనా ప్రమాదం జరిగిందా? అర్జున్ చదువులో చాలా నెమ్మదని, ఏదీ గుర్తుండదని విన్నాను. మీరు అర్జున్ కోసం మీ ఉద్యోగాన్ని కూడా వదులుకున్నారట?" అని అడిగింది ఆసక్తిగా.

అర్జున్ ముందు సమాధానం చెప్పడానికి కొంచం అసౌకర్యంగా అనిపించింది ప్రభకి. అర్జున్ టీ.వీ దగ్గరికెళ్లి కూర్చోవచ్చు కదా అని అనుకుంది. వెంటనే అర్జున్ లేచి టీవీ చూస్తానని అక్కడినుండి వెళ్ళిపోయాడు.

తాను మనసులో అనుకున్నది గ్రహించాడని ప్రభ అర్జున్ వెళ్ళిపోయాక.. "వీడీమధ్య చాలా వింతగా ప్రవర్తిస్తున్నాడు." అని అంది.

"అవునా? ఎక్కువగా భయపడుతున్నాడా? ఏదో చూడకూడనిది చూసినట్టు కలవరిస్తున్నాడా?" అంటూ తన సందేహాలు వెలిబుచ్చింది స్వర్ణ.

"అదేమీ లేదు. మీరన్నది నిజమే! అర్జున్ కి చిన్నప్పుడు ఒక ప్రమాదం జరిగింది. మేము ఈ విషయం ఇక్కడ ఎవరికీ చెప్పలేదు. అర్జున్ కి కూడా తెలియదు. మీకు కొంత ఇప్పటికే తెలిసింది కాబట్టి మొత్తం చెప్తాను."

తనలో ఉన్న ఆసక్తిని తెలియచేస్తూ తలూపింది స్వర్ణ.

ప్రభ: "మాది ప్రేమ వివాహం. పెళ్లయ్యేటప్పటికే మేము మంచి ఉద్యోగాల్లో ఉన్నాం. ఇద్దరం బాగానే సంపాదించేవాళ్ళం. అర్జున్ పుట్టాక మా ఫామిలీ పూర్తయింది. చిన్నపుడు అర్జున్ చాలా తెలివిగా ఉండేవాడు. వాడికేం చెప్పినా, వాడేమి విన్నా ఇట్టే గుర్తుపెట్టుకునేవాడు. మా ఇంటికెవరు వచ్చినా అర్జున్ని

పొగడ్తల్లో ముంచేవాళ్లు. అప్పట్లో మా ఆనందానికి అవధుల్లేవు.

ఒకసారి నేను చేసిన చిన్న తప్పు.. కాదు. పొరపాటు అర్జున్ ఇలా అవడానికి కారణమైంది" అంది కన్నీళ్లతో.

చాలా ఆసక్తిగా వింటోంది స్వర్ణ.

"మేమొకసారి వైజాగ్ లో SVK షాపింగ్ మాల్ కి వెళ్ళాం. అప్పుడు అర్జున్ కి సుమారు 3 సంవత్సరాలుంటాయి. అశోక్ డ్రెస్ సెలెక్ట్ చేసుకొని ట్రయిల్ వేయడానికి వెళ్ళాడు. నేను అర్జున్ తో కలిసి నా కోసం డ్రెస్ సెలెక్ట్ చేసుకుంటున్నాను. అశోక్ ఎంతసేపటికి రాలేదు. నాకేమో నా డ్రెస్ ట్రయిల్ వేద్దామనిపించింది. చూసి చూసి, అర్జున్ని అక్కడే ఉండమని చెప్పి నేను ట్రయిల్ రూమ్ లోకెళ్ళాను. కొన్ని నిముషాలకి బైటంతా ఏదో హడావిడిగా ఉన్నట్లనిపించింది. గబగబా బైటికి వచ్చాను. అక్కడ అర్జున్ లేడు. ఇంతలో అశోక్ కూడా బైటికి వచ్చాడు. అర్జున్ ఎక్కడని వెతికాము. ఎక్కడా కనిపించలేదు. ఇంతలో బైట ఎవరో మా మాటలు విని "ఆ అబ్బాయి మీ పిల్లాడా?" అన్నాడు పైకి చూపిస్తూ. కంగారుగా బైటికి వచ్చామిద్దరం. ఆ బిల్డింగ్ పైఫ్లోర్ బాల్కనీలో ఒక దుర్మార్గుడు అర్జున్ ని చొక్కా పట్టుకొని బైటికి వేలాడదీశాడు. అర్జున్ "మమ్మీ..!. డాడీ..!!" అని ఏడుస్తున్నాడు. మేమిద్దరం ఒక్కసారిగా షాక్ కి గురయ్యాము. మమ్మల్ని పిలిచిన వ్యక్తి ఇంకా చెప్పాడు: "ఇందాక ఒక నేరస్తుడు పోలీసులనుండి తప్పించుకుంటూ వేగంగా ఇక్కడికి వచ్చాడు. మీ పిల్లాడు ఈ హడావిడికి బైటికి వచ్చాడు. నేరస్తుడు వాణ్ని తీసుకొని మేడపైకి వెళ్ళిపోయాడు. తనని ఏమీ చేయకుండా వదిలేస్తే పిల్లవాణ్ణి వదిలేస్తానని బెదిరిస్తున్నాడు.". ఇంతలో చాలామంది పోలీసులు అక్కడికి వచ్చారు. ఆ క్రిమినల్

తప్పించుకోకుండా చుట్టుముట్టారు. పోలీసులని చూసి ఇక తప్పిచుకోవడం సాధ్యం కాదని అర్జున్ని అక్కడినుండి విచక్షణ లేకుండా కిందకి పడేశాడు ఆ దుర్మార్గుడు. అలా అర్జున్ కింద పడేటప్పుడు ఒక బాల్కనీ గోడ అర్జున్ తలకి గట్టిగా తగిలింది. కింది ఫ్లోర్ లో ఉన్న అశోక్ అర్జున్ని కింద పడకుండా పట్టుకోగలిగాడు కానీ అర్జున్ అప్పటికే స్పృహ కోల్పోయాడు. చాలా రక్తం పోయింది. వాణ్ని వెంటనే అక్కడినుండి హాస్పిటల్కి తీసుకెళ్ళాం. మూడు రోజులు కోమాలో ఉన్నాడు. ఆ రోజునుండీ వాడికీ సమస్య మొదలైంది. లేచిన తర్వాత ఏదీ గుర్తులేదు వాడికి. మొదట్లో మమ్మల్ని కూడా కొత్తవాళ్ళలాగా చూసేవాడు. తర్వాత నెమ్మదిగా మేము అలవాటయ్యాము. ఆ సంఘటన తర్వాత మునుపటి అర్జున్ ఇకలేడు. గాయం మాని పోయినా వాడిలో ఏ మార్పూ లేదు. మాకు మొదట్లో కావాలని ఏమీగుర్తులేనట్టు ప్రవర్తిస్తున్నాడని అనిపించేది. తప్పు చెప్పినప్పుడల్లా అరిచి, కొట్టి మారతాడేమోని చూశాం. కానీ ఏమీ ఇంప్రూవ్మెంట్ లేదు. ఇక వైజాగ్ వదిలేసి హైదరాబాద్ వచ్చేశాం. అయినా ఏ మార్పు లేదు. పొద్దున్నే స్కూల్లో చేర్పించేవాళ్ళం. సాయంత్రానికల్లా స్కూల్ వాళ్ళు అర్జున్ ని చదివించలేమని ఫోన్ చేసేవాళ్ళు. ఇలా చాలా స్కూళ్ళు తిరిగాము. నేను అప్పటికే దాదాపుగా ఉద్యోగం మానేశాను. చాలా రోజులు అశోక్ నాతో మాట్లాడలేదు. ఒక పొరపాటు మా జీవితాల్ని ఇంతలా మార్చేస్తుందని నేననుకోలేదు. ఆరోజు వాణ్ణి వదిలివెళ్ళకుండా ఉండాల్సింది. అది తలుచుకొని నేను బాధపడని రోజు లేదు. నేను ఎంతైనా కష్టపడి అర్జున్ కి ఒక మంచి జీవితం ఇవ్వాలనుకున్నాను. అప్పుడు మా అదృష్టం కొద్దీ ప్రముఖ మానసిక వైద్యుడు డాక్టర్ అరవింద్ గురించి తెలిసింది. వెంటనే మేము అర్జున్ ని తీసుకొని ఆయనదగ్గరికి వెళ్ళాము. ఆయన అర్జున్ని పదిహేను

రోజుల పాటు స్టడీ చేశాడు. తర్వాత కొన్ని మందులు, పద్ధతులు నేర్పించారు. ఆయన చెప్పినట్టు వినటంవల్ల అర్జున్లో నెమ్మదిగా మార్పు వచ్చింది. వాడి వయసువాళ్ళతో పోల్చితే ఇంకా వెనకపడి ఉండొచ్చు. కానీ వాడు దీనికోసం చాలా కష్టపడ్డాడు... పడుతున్నాడు. వాణ్ని చూస్తే ఇప్పటికీ నాకు చాలా బాధేస్తుంది. ఆ చిన్న ప్రమాదం జరగకపోయుంటే ఇప్పుడు చాలా గొప్పగా ఉండేవాడు. సారీ! మీకు బాగా బోర్ కొట్టినట్టున్నాను." అంది ప్రభ కన్నీళ్లు తుడుచుకుంటూ.

"అలా ఏమీ లేదు. మీరు కూడా అర్జున్ కోసం చాలా కష్టపడుతున్నారు. అతన్ని ఇక్కడివరకూ తీసుకొని రావడం నిజంగా చాలా గొప్ప విషయం. ఇంతకీ ఆ నేరస్తుడి మీద ఎవరూ కేసు పెట్టలేదా? అతనికే శిక్ష పడింది?" అడిగింది స్వర్ణ పోలీసులకి ఉండే సహజ కుతూహలంతో.

"మేమేమీ ప్రత్యేకంగా కేసు పెట్టలేదు! వాడి మీద అప్పటికే చాలా కేసులు ఉన్నాయి. చిన్న పిల్లవాణ్ణి అలా బిల్డింగ్ మీద నుండి పడేయడం అప్పట్లో చాలా పెద్ద న్యూస్ ఐంది. అన్ని టీవీ ఛానెల్లో, న్యూస్ పేపర్స్ లో అదే చూపించారు. ప్రజలు అతనికి ఉరి శిక్ష వేయాలని ప్రభుత్వాన్ని డిమాండ్ చేశారు. ఈ ఘటన జరిగిన మూడు రోజుల తర్వాత ఆ నేరస్తుణ్ణి పోలీసులు ఎన్కౌంటర్ చేశారు. పోలీసులు అతన్ని కోర్టుకి తీసుకొని వెళుతుంటే అతను తప్పించుకునే ప్రయత్నంచేశాడని, ఇద్దరు కానిస్టేబుళ్ళని కూడా చంపేశాడని, అప్పుడు పోలీసులు అతన్ని తుపాకులతో కాల్చేశారని అంటారు. ఏదేమైనా ఆ తర్వాత అతను కనిపించలేదు. అంతే కాదు! ఆ తర్వాత అక్కడి ఎం.ఎల్.ఏ అర్జున్ని చూడటానికి హాస్పిటల్కి వచ్చారు. అర్జున్ కి జరిగిన దానికి తన ప్రగాఢ సానుభూతి తెలియచేశారు. సి.ఎం ఫండ్ నుండి రెండు లక్షలు అర్జున్

రికవరీ కోసమిచ్చారు. ఆ ఎం.ఎల్.ఏ మరెవరో కాదు. ఇప్పటి మన సి.ఎం శివ సుందరం గారు." చెప్పింది ప్రభ.

"ఆఁ. అవునా! ఏమైనా మన సి.ఎం సుందరంగారు చాలా మంచి వ్యక్తి. ఇప్పుడు దేశంలో ఏర్పడ్డ ప్రతిపక్ష కూటమి రాబోయే ఎన్నికల్లో ఆయన్నే ప్రధానమంత్రి అభ్యర్థిగా ఎంపిక చేసింది. ప్రధానమంత్రి అభ్యర్థిగా ఒక తెలుగువాణ్ణి ఎంపిక చేయడం చాలా గొప్ప విషయం. సరేనండి! వీలైతే రేపొకసారి మీరు అర్జున్ని మా పోలీసుస్టేషన్ కి తీసుకొనిరండి. అతని ఆక్సిడెంట్ కేసు మీద ఎఫ్.ఐ.ర్ ఫైల్ చేశాం. అర్జున్ స్టేట్మెంట్ తీసుకోవాలి. ఇప్పటికే ఆక్సిడెంట్ అయి చాలా రోజులైంది." అని సోఫాలో నుండి లేచింది స్వర్ణ.

"సరేనండి! అలాగే తీసుకొస్తాము! కొంచం ఉండండి! కాఫీ తీసుకొని వస్తాను!"

"ఫర్వాలేదండి! నేను మళ్ళీ వచ్చినప్పుడు తాగుతాను." అని అక్కడినుండి వెళ్ళిపోయింది స్వర్ణ.

ప్రభ మిగిలిన వంటపని చేయడానికి వెళ్ళింది. టీవీ చూస్తున్న అర్జున్ చానెల్స్ మారుస్తూ ఒక న్యూస్ ఛానల్ పెట్టాడు. అందులో సి.ఎం సుందరంగారి తో ఇంటర్వ్యూ వస్తుంది.

టీవీలో రిపోర్టర్: "నమస్కారం సుందరం గారు. మిమ్మల్ని పి.ఎం. అభ్యర్థిగా ఎంపిక చేసినందుకు మా శుభాఖాంక్షలు. మీరు తక్కువ రాజకీయ అనుభవంతోనే చాలా ఎత్తుకు ఎదిగారు. ఒక తెలుగువ్యక్తి పి.ఎం. అభ్యర్థిగా ఎంపికవడం మనకి చాలా గర్వకారణం"

సుందరం: "అవును! నా పేరు ప్రకటించినప్పుడు మేమందరం కూడా చాలా ఆశ్చర్యపోయాము. ఎందుకంటే కూటమిలో ఆ పదవికి చాలామంది గొప్పవాళ్ళు,

అర్హులున్నారు. అయినా నన్ను ఎంపిక చేయడం చాలా గొప్ప విషయం, వాళ్ళు నా పైన ఉంచిన నమ్మకం."

రిపోర్టర్: "మీ తర్వాత సి.ఎం పదవి మీ కుమారుడికి ఇస్తారని అంతా అనుకుంటున్నారు. దీని మీద మీ అభిప్రాయమేంటి?"

సుందరం చిన్నగా నవ్వుతూ "ఇంకా కేంద్ర ఎన్నికలు జరగడానికి 6 నెలల సమయముంది. అన్ని అనుకున్నట్లుగా జరిగితే అప్పుడు ఆలోచించవచ్చు. ఇప్పటికైతే తరువాతి సి.ఎం ఎవరనేది మేమసలు ఆలోచించనేలేదు. మేము మా ఇంట్లో పదవికంటే ప్రజాసేవకే ఎక్కువ ప్రాధాన్యమిస్తాము. నమస్కారం!!" అని అక్కడినుండి వెళ్ళిపోయాడు.

ఇదంతా టీవిలో చూస్తున్న అర్జున్ ఒక్కసారిగా అదిరిపడ్డాడు. ఈ సుందరమే పోలీస్ ఆఫీసర్ శేఖర్ ని చంపిన హంతకుడు. తనని చంపడానికి హాస్పిటల్కి ఆ నర్సుని పంపింది కూడా ఇతనే అయిఉంటాడు. ఇతనిగురించి బైటపెట్టడం తనకి ఏమంత క్షేమం కాదని గ్రహించాడు అర్జున్.

బైటికి వెళ్లిన స్వర్ణ, అర్జున్ చిన్నప్పుడు జరిగినదాని గురించి ఆలోచించసాగింది. స్వర్ణ ఏదీ ఒక పట్టాన ఒప్పుకోదు. ప్రభ చెప్పిన విషయం నిజామా కాదా అని తెలుసుకోవాలనుకుంది. వైజాగులో ఎస్సై గా పనిచేస్తున్న తన బ్యాచ్ మేట్ విజయ్ సింగ్ గుర్తుకొచ్చాడు. అతనికి వెంటనే ఫోన్ చేసింది.

"హాయ్ విజయ్! ఎలా ఉన్నావు?"

"హాయ్ స్వర్ణ! చాలా బాగున్నాను. నువ్వెలా ఉన్నావు? మీ నాన్నగారి విషయం తెలిసి చాల బాధపడ్డాను. పోలీసు లైఫ్ అంతే! ఎప్పుడెలా ఉంటుందో చెప్పలేము! "

"ఇప్పుడు కొంచం ఫర్వాలేదు. అమ్మ కూడా నెమ్మదిగా ఆ జ్ఞాపకాలనుండి బైటికి వస్తున్నారు. అయినా నువ్వు తెలుగు చాలా బాగా మాట్లాడుతున్నావు. ఏమిటి సంగతి? తెలుగమ్మాయితో ప్రేమలో ఏమైనా పడ్డావా?"

"ప్రేమ, పెళ్లి అన్నీ అయిపోయాయి. పెళ్ళై ఇప్పటికి మూడు వారాలైంది. మీ నాన్నగారు పోయినప్పుడు నేను హనీమూన్ లో ఉన్నాను. అందుకే రాలేకపోయాను. సో సారీ!"

"దుర్మార్గుడా? చెప్పకుండా పెళ్లి చేసుకున్నావా? లవ్ ఫెయిలైన ప్రతిసారి వద్దన్నా నాకు చెప్పేవాడివి. నేను బెస్ట్ ఫ్రెండ్ అని అందరితో చెప్పేవాడివి. అస్సలు పెళ్లప్పుడు మాత్రం నేను గుర్తుకు రాలేదా?"

"అదేమీ కాదు. మా పెళ్లి చాలా విచిత్రంగా జరిగింది. ఎవరికీ చెప్పే వీలు కుదరలేదు."

"చెప్పరా చెప్పు! సర్లే! నాకొక చిన్న ఇన్ఫర్మేషన్ కావలి. సుమారు 12 సంవత్సరాల క్రితం వైజాగులో SVK షాపింగ్ మాల్ లో ఒక చిన్న పిల్లవాణ్ణి ఒక నేరస్తుడు బిల్డింగ్ పైనుండి కింద పడేసాడంట! ఆ కేసు పూర్తి వివరాలు నాకు కావాలి."

"సరే స్వర్ణ! సాయంత్రంలోపల నీకు ఆ ఇన్ఫర్మేషన్ ఇస్తాను. పెళ్ళికి పిలవనందుకు నిజంగా సారీ! నువ్వు ఇక్కడికి వచ్చినప్పుడు మంచి పార్టీ ఇస్తాను."

"థాంక్స్ విజయ్! " అని ఫోన్ పెట్టేసింది స్వర్ణ.

లంచ్ సమయానికి ఇంటికొచ్చాడు అశోక్. ఎక్కడికెళ్లారని అడిగింది ప్రభ. "అర్జున్ స్కూలుకెళ్లాను. స్కూల్ హెడ్ మాస్టర్ అర్జున్ని ఎగ్జామ్స్ కి అనుమతించనని అంటున్నాడని నాకు తెలిసింది. నిన్న నాకు ఈమెయిల్ కూడా పంపాడు. అయినా ఫీజు అంతా కట్టిన తర్వాత అలాఎలా అంటారని అడగటానికి వెళ్ళాను. పెద్ద గొడవే జరిగింది. చివరికి అర్జున్ని ఎగ్జామ్స్ కి పంపడానికి ఒప్పుకున్నాడు ఆ హెడ్ మాస్టర్. కానీ ఈసారి అర్జున్ పాస్ అవ్వకపోతే స్కూల్లో నుండి తీసేస్తానని కరాఖండిగా చెప్పాడు. మరి నువ్వు అర్జున్ కి ఎలా శిక్షణ ఇస్తావోమరి?"

"ఈ సారి అర్జున్ తప్పకుండా పాస్ అవుతాడండీ!" నమ్మకంగా చెప్పింది ప్రభ.

"అలా అనుకొనే ఫీజు అంతా కట్టేశాను! మనం తప్ప బైట ఇంకెవరూ అలా అనుకోవడం లేదు. సరే భోజనం పెట్టు!" అన్నాడు అశోక్ విసుగ్గా.

అర్జున్, అశోక్ భోజనం చేయడం మొదలుపెట్టారు. ప్రభ వాళ్ళకి కావలసినవి వడ్డిస్తుంది. ఇంకా చిరాకుగా ఉన్న అశోక్ "కూరలో ఎందుకింత అల్లం వేయడం? రోజూ తినలేక చస్తున్నాం!" అన్నాడు.

ప్రభ తనని సమర్ధించుకుంటూ "అల్లం తినడం చాలా మంచిది. మా చిన్నప్పుడు ప్రతి కూరలో చాలా ఎక్కువ అల్లం వేసేవాళ్ళు! అందువల్ల ఆరోగ్యం చాలా బాగుంటుంది." అని సపోర్ట్ చేయమన్నట్టుగా అర్జున్ వైపు చూసింది.

అర్జున్ ప్రభ మనసులో ఉన్న విషయాన్ని అర్థం చేసుకొని, అందుకు సమాధానంగా "అమ్మా! అనాథ శరణాలయాల్లో, ఆశ్రమాల్లో చేసే వంటల్లో అల్లం, మిర్చి ఎక్కువగా వాడతారు. తినేవాళ్లు ఎక్కువ తినకూడదని

అలా చేస్తారు. అల్లం ఇంత ఎక్కువ తినడంవల్ల ఆరోగ్యానికొచ్చే ఉపయోగమేమీ లేదు" అన్నాడు.

ప్రభ కళ్ళల్లో నీళ్లు తిరిగాయి. ఏమీ మాట్లాడకుండా అక్కడినుండి వెళ్ళిపోయింది. అశోక్ విచారంగా "అర్జున్! నువ్వు ఏదైనా అనబోయేముందు కొంచం ఆలోచించు" అని ప్రభ దగ్గరికి వెళ్ళాడు. అమ్మ భాధపడిందని అర్ధమైంది అర్జున్ కి. అర్జున్ కూడా ఇంకేమీ తినకుండా అక్కడినుండి టీవీ దగ్గరికి వెళ్ళిపోయాడు.

అశోక్ ప్రభతో ఓదార్పుగా "నువ్వు వాడిమాటలేమీ పట్టించుకోవద్దు. ఏదో తెలియక అన్నాడు."

ప్రభ: "తెలియక కాదు! తెలిసే అన్నాడు."

అశోక్ అర్ధంకానట్టు మొహం పెట్టాడు.

ప్రభ: "ఆక్సిడెంట్ అయినప్పటి నుండి వాడిలో ఒక వింత మార్పు వచ్చింది. వాడికి మన మనస్సులో ఏమనుకున్నా ఇట్టే తెలిసిపోతుంది. మన పెళ్ళికి ముందు నేనొక అనాధని అర్జున్ కి ఇప్పటికీ తెలియదు. ఇందాక నేను మాట్లాడినపుడు, మా చిన్నప్పటి పరిస్థితులు గుర్తుచేసుకుంటూ అలా అన్నాను. వాడు ఠక్కున పట్టేశాడు."

అశోక్ ఆలోచనగా "అవునా? అదీ కరెక్టే! మనమెప్పుడూ అర్జున్ కి నీ విషయం చెప్పలేదు. ఇక్కడ ఇంకెవరికీ నీ విషయం తెలిసే అవకాశమేలేదు. కానీ వాడెలా తెలుసుకున్నాడో అర్ధం కావడం లేదు"

ప్రభ: "అదే కదా చెప్పేది! మీకు గుర్తుందా? హాస్పిటల్లో వాడికి స్పృహ వచ్చినప్పుడు కూడా నర్సు గురించి అలానే అన్నాడు. ఆమె మళ్ళీ రాదని! అదే నిజమైంది."

అశోక్: "అంటే ఈ ఆక్సిడెంట్ వల్ల అర్జున్ కి ప్రత్యేక శక్తులేమైనా వచ్చాయంటావా? నీకు గుర్తుందా? ఆక్సిడెంట్ జరిగినప్పుడు అర్జున్ ఒక వింత స్థితిలో ఉన్నాడని ఆ ఎస్సై చెప్పింది."

ఇంతలో అర్జున్ వస్తున్న అడుగుల శబ్దమైంది. ఇంకేమీ మాట్లాడవద్దని అశోకుకి సైగ చేసింది ప్రభ. అర్జున్ లోపలికి వచ్చి వాళ్ళిద్దరినీ చూశాడు.

అర్జున్ "సరే! మీ ఇద్దరికీ నా విషయం తెలిసిపోయిందని అర్ధమవుతుంది. ఇక దాచడంవల్ల ఉపయోగమేమి లేదు. అమ్మా! నిన్ను అవమానించడం నా ఉద్దేశ్యం కాదు. నువ్వు అల్లం గురించి చెపుతున్నప్పుడు నీ మనసులో ఒక అనాధాశ్రమం నాకు కనిపించింది. అక్కడ కొంత మంది పిల్లలున్నారు. వాళ్లలో నువ్వు ఒకదానిలా కనిపించావు. ఏదేమైనా, నిన్ను బాధ పెట్టుంటే నన్ను క్షమించు." అన్నాడు వేడుకోలుగా.

ప్రభ లేచి అర్జున్ బుగ్గ మీద ముద్దు పెట్టి అశోక్ తో "చెప్పానా? ఇప్పుడు చూడండి!"

అశోక్ "నాకంతా అయోమయంగా ఉంది! మనం అరవింద్ దగ్గరికి వెళ్ళినప్పుడు ఈ విషయం కూడా అడగాలి." అన్నాడు.

ప్రభ అర్జున్ తో "అంటే అర్జున్ - ది వండర్ బాయ్ లేక అర్జున్ - ది సూపర్ బాయ్.. ఏ టైటిల్ అయితే బాగుంటుందో అరవింద్ ని అడగమని మీ నాన్నగారి ఉద్దేశ్యం." అంది సరదాగా.

అందరూ సరదాగా నవ్వారు.

అర్జున్: "ఇలా అందరి మనసులో ఉన్న విషయాలు తెలియడంవల్ల నాకస్సలు బాలేదు. ఇంతకుముందు ఏ

విషయమైనా తేలికగా మర్చిపోయేవాణ్ణి. ఇప్పుడు కావాలనుకున్నా ఏదీ మరుపుకు రావడం లేదు. నాకు ఇలా తెలియడంవల్ల ఎవరికీ ఏ ఉపయోగం లేదు. నాన్న చెప్పినట్టు, డాక్టర్ని అడిగి నేను మాములుగా అవడానికి ఏదైనా మందు తీసుకుంటే సరి!"

అర్జున్ బాధని కొంతవరకు అర్ధం చేసుకుంది ప్రభ.

"నేను నీ బాధని అర్ధం చేసుకోగలను అర్జున్! ఎదుటివాళ్ళ విషయాలు తెలియడంవల్ల నీకు కానీ, వాళ్ళకి కానీ పెద్ద ప్రయోజనమేమీ లేదు. నువ్వు సులభంగా వాళ్లతో కలవలేవు. ఈ విషయం వాళ్ళకి తెలిస్తే, వాళ్ళు నిన్ను దూరం పెట్టేస్తారు. అందుకే ఎవరి దగ్గరా అనవసరంగా మాట్లాడొద్దు. ముఖ్యంగా వాళ్ళు చెప్పనివి, నీకు తెలిసిన విషయాలు! మనం డాక్టర్ దగ్గరికి వెళ్ళినప్పుడు తప్పకుండా దీనికోసం ఏదైనా మెడిసిన్ అడుగుదాం." అంది ఓదార్పుతో కూడిన సలహాలాగా.

సరే అన్నట్టు తలూపాడు అర్జున్.

ప్రభ: "ఆ. ఇప్పుడే గుర్తుకొచ్చింది. రెండు నెలల క్రితం బ్రహ్మానందస్వామీజీ అర్జున్ కి ఒక ఆపద రాబోతోందని, అతని పేరు మీద ఒక ప్రత్యేక పూజ చేయించమని చెప్పారు. నేను మీకు చెపితే అప్పుడు వినలేదు. చూడండి! ఎంత పెద్ద ప్రమాదం వచ్చిందో వీడికి! ఇప్పుడు వెంటనే నాకు పదివేలు కావాలి. అర్జున్ని తీసుకెళ్ళి ఆ పూజ చేయిస్తాను."

అశోక్ చిరాకుగా "ఆపద తప్పిందిగా! ఇప్పుడెందుకు ఇక ఈ అనవసరపు ఖర్చు!" అనేటప్పటికీ ప్రభకి కొంచం కోపం వచ్చింది.

"సరేలే! రేపు ఇస్తాను. నీకు కావలసిన హోమం, పూజ అన్నీ చేయించు. అర్జున్! ఇందాక స్కూల్లో మీ ఫ్రెండ్

రాహుల్ కలిశాడు. నీకు జరిగిన ప్రమాదం తెలిసి చాలా బాధ పడ్డాడు. రేపొకసారి నిన్ను చూడటానికి ఇక్కడికి వస్తానన్నాడు."

"సరే నాన్న!" అన్నాడు అర్జున్.

ప్రభ: "మరొక విషయం! రేపు అర్జున్ని తీసుకొని పోలీస్ స్టేషన్ కి రమ్మని ఎస్సై స్వర్ణ వచ్చి చెప్పింది. మీరు అర్జున్ని రేపు పోలీస్ స్టేషన్ కి తీసుకొని వెళ్ళాలి."

అశోక్: "రేపు నాకు వేరే పనుంది! సరేలే! రెండు పనులు పూర్తి చేస్తాను."

ఆరోజు సాయంత్రం స్వర్ణకి విజయ్ నుండి ఫోన్ వచ్చింది.

"హాయ్ స్వర్ణ!"

"హాయ్ విజయ్! నేనడిగిన కేసు గురించి ఏమైనా తెలిసిందా?"

"తెలిసింది! కానీ విచిత్రంగా మన ఫైల్స్ లో ఏ కేసూ నమోదు కాలేదు. అప్పుడు పనిచేసిన కానిస్టేబుల్ ఇప్పుడు నాదగ్గర ఉన్నాడు. ఫోన్ అతనికిస్తున్నాను."

కానిస్టేబుల్: "అవును మేడం! ఆ నేరస్తుని పేరు కాళీ. వాడు పరమదుర్మార్గుడు. వాడి మీద చాలా కేసులున్నాయి. మేము కోర్టుకి తీసుకెళుతుంటే అనుకోనివిధంగా వాడు తప్పించుకునే ప్రయత్నం చేశాడు. తప్పించుకొని అలా ఒక పిల్లవాణ్ణి షాపింగ్ మాల్ పైనుండి పడేశాడు. మేమతన్ని వెంటనే అరెస్ట్ చేశాం! ఇది జరిగిన రెండు రోజుల తర్వాత మళ్ళీ తప్పించుకునే ప్రయత్నం చేశాడు.

మేము తుపాకీతో కాల్చాము. అప్పటికీ ఇద్దరు కానిస్టేబుళ్ళని చంపేసి, పోలీస్ వాన్ లో తప్పించుకునే ప్రయత్నం చేసి, వాన్ తో సహా లోయలో పడి మరణించాడు. అలా వాన్ తో పాటు వాడు కూడా పూర్తిగా కాలిపోయాడు."

"మరి ఎఫ్.ఐ.ఆర్ ఎందుకు నమోదు చేయలేదు?" అడిగింది స్వర్ణ.

"క్రిమినల్ ఎలాగూ చనిపోయాడని ఇంకే కేసు బుక్ చేయలేదు. అన్నట్టు ఆ కాళీ మన సి.ఎం గారికి స్వయానా తమ్ముడు. కానీ వాడికి మంచి బుద్ధులేమీ రాలేదు. అంతే కాదు! ఇప్పుడు మీ పోలీస్ కమీషనర్ ఉన్నారు కదా! ఈ సంఘటన జరిగినప్పుడు ఆయనే ఇక్కడ ఇన్స్పెక్టరుగా పనిచేసేవారు. మీకేమైనా ఇంకా సందేహాలుంటే ఆయన్నే డైరెక్టుగా అడగండి."

"ఓకే! వివరాలు చెప్పినందుకు చాలా థాంక్స్! విజయ్! నేను నీకు తర్వాత ఫోన్ చేస్తాను. బై!" అని ఫోన్ పెట్టేసింది స్వర్ణ.

అర్జున్ స్టేషన్ కి వచ్చినప్పుడు అతని దగ్గరినుండి ఆక్సిడెంట్ చేసిన వాళ్ళ వివరాలు రాబట్టడం ఎలాగా అని ఆలోచించసాగింది స్వర్ణ. అతను చెప్పే వివరాల్లో ఇంకో కేసుకి సంబంధించిన క్లూస్ ఏమైనా దొరకవచ్చు.

శనివారం, 08 డిసెంబర్. టిఫిన్ తిని అర్జున్, అశోక్ ఇద్దరూ పోలీస్ స్టేషన్ వైపు బయలుదేరారు.

అక్కడ స్టేషన్లో స్వర్ణ కానిస్టేబుల్ తో మాట్లాడుతుంది. "మేడం! ఇది చాలా సింపుల్! మీరు అర్జున్ని గట్టిగా భయపెట్టండి. పిల్లవాడు కదా! వాడన్ని విషయాలు చెప్పేస్తాడు. లేదా! వాణ్ణి చులకన చేసి మాట్లాడండి. బాధపడి ఉక్రోషంతో అన్నీ చెప్పేస్తాడు."

"సరే! మరి వాడితో ఇంకెవరైనా వస్తే?"

"నేను వాళ్ళని పక్కకి తీసుకొని వెళ్తాను." అన్నాడు కానిస్టేబుల్.

ఇంతలో అర్జున్, అశోక్ అక్కడికి చేరుకున్నారు.

కానిస్టేబుల్ వాళ్ళని చూస్తూ "రండి! మీ కోసమే మేడం ఎదురుచూస్తున్నారు." అని "సర్! అర్జున్ ఒక్కడిని పంపిస్తే సరిపోయేది కదా? మేడం అర్జున్ తో పర్సనల్ గా మాట్లాడతానని అన్నారు" అన్నాడు.

అశోక్ సందేహంగా మొహం పెట్టాడు.

"మీరేమి కంగారు పడనక్కర్లేదు. మేడమే అర్జున్ ని కాపాడారు కదా! మీరు నిశ్చింతగా ఇంకేమైనా పనుంటే చూసుకొని రండి." అన్నాడు కానిస్టేబుల్ నమ్మకంగా.

"సరే! నాకు బ్యాంకు ఏజెంట్ ని కలిసే పని ఉంది. అది చూసుకొని వస్తాను" అని అక్కడి నుండి వెళ్ళిపోయాడు అశోక్.

కానిస్టేబుల్ అర్జున్ని లోపలికి తీసుకొనివెళ్ళాడు. అక్కడున్న వాళ్లందరినీ పరిశీలించాడు అర్జున్. కొంచం దూరంలో ఉన్న కానిస్టేబుల్ తను ఇక్కడికి వచ్చిన విషయం ఎవరికో మెసేజ్ పంపిన విషయం గ్రహించాడు. అర్జున్ స్వర్ణ దగ్గరికి వెళ్ళాడు. స్వర్ణ చాలా కోపంగా ఉంది.

స్వర్ణ తనని భయపెట్టడానికి కోపం నటిస్తుందని అర్థమైంది. కూర్చోమంటే కుర్చీలో కూర్చున్నాడు.

స్వర్ణ: "నాకు కొంచం కోపమెక్కువ! నేనడిగిన ప్రశ్నలకి నీకు తెలిసినంతవరకు సూటిగా సమాధానం చెప్పు."

"సరే!"

"ఆక్సిడెంట్ జరిగిన ప్రదేశం చాలా లోపలికి ఉంది కదా! నువ్వు అక్కడికి ఎందుకెళ్ళావు?"

"అప్పుడు నా సైకిల్ టైర్ పంక్చర్ ఐంది. సైకిల్ షాప్ కోసం అటు వెళ్ళాను."

"సరే! అలా వెళ్ళినప్పుడు నువ్వేమైనా చూశావా? అంటే ఏదైనా ప్రమాదం? లేదా నీకు భయం కలిగించేది?"

"లేదు!"

"బాగా గుర్తు చేసుకొని చెప్పు!" అంది కోపంగా.

గుర్తులేదన్నట్టు తల అడ్డంగా ఊపాడు అర్జున్.

ఇంతలో కానిస్టేబుల్ కలుగజేసుకొని "వాడేం చెప్తాడు మేడం! ఇప్పుడు చూసిందే వాడికి సరిగ్గా గుర్తుండదు" అని నవ్వాడు.

స్వర్ణ నవ్వితే, అక్కడున్న అందరూ నవ్వారు. అర్జున్ మాత్రం అలానే ఉన్నాడు.

స్వర్ణ ఇంకా అర్జున్ని ఉడికించడానికి "వీడు స్కూల్లో కూడా ఇంతేనంట? ఏమడిగినా మౌనమే సమాధానం. వీడికి చదువు చెప్పే టీచర్లతో మాట్లాడాను. నిజంగా నాకు వాళ్ళ మీద జాలి వేసింది."

అక్కడున్న అందరూ నవ్వుతూ అర్జున్ని చూడసాగారు.

"మొత్తానికి నీకేమీ తెలియదంటావు? అంతేనా?"

"అవును!" నెమ్మదిగా చెప్పాడు అర్జున్.

"సరే! నిన్ను గుద్దిన వెహికిల్ ఏదో చూశావా? అంటే దాని నెంబర్ గుర్తులేకపోయినా, కనీసం అది కారా? జీపా? ఏ కలర్? ఏ బ్రాండ్ వెహికల్? ఏదో ఒక చిన్న క్లూ కూడా గుర్తులేదా?"

లేదన్నట్టుగా అడ్డంగా తలూపాడు అర్జున్.

భయపెట్టడానికి ప్రయత్నించమన్నట్టుగా సైగ చేసాడు కానిస్టేబుల్.

స్వర్ణ ఆవేశంగా ఒక సెల్ లో ఉన్న ఖైదీ వద్దకు లాఠీ తీసుకెళ్లింది. ఆ లాఠీ తో వాణ్ని "నిజం చెప్పు! నిజం చెప్పు!" అని చితకబాదింది.

అర్జున్ కి కొంచం భయమేసింది. కానీ తాను చూసిన హత్య గురించి ఎక్కడా చెప్పకపోవడమే మంచిదని అర్జున్ ఏమీ అనకుండా అలానే కూర్చున్నాడు. ఇలా ఒక గంట గడిచింది. ఇంతలో అశోక్ అక్కడికి వచ్చాడు.

అశోక్: "బ్యాంకు ఏజెంట్ లేడు! ఏదో పనిపడిందని వేరే ఊరికి వెళ్ళాడట! ఇక్కడ పని పూర్తయిందా? అర్జున్ని తీసుకొని వెళ్ళొచ్చా?" అడిగాడు కానిస్టేబుల్ని.

అప్పటికీ అర్జున్ ఏమీ చెప్పకపోవడంతో స్వర్ణ చాలా నిరాశ చెందింది. స్వర్ణ "సరే! హిట్ అండ్ రన్ కేసు కింద ఎఫ్.ఐ.ఆర్. బుక్ చేసుకొని అర్జున్ తో సంతకం తీసుకోండి. అతనే వివరాలూ చెప్పడం లేదు. ఇలా అయితే ఆ ఆక్సిడెంట్ చేసి పారిపోయినవాళ్ళని పట్టుకోలేము. ఈ కేసు ఇలానే క్లోజవుతుంది." అంది.

కానిస్టేబుల్ అర్జున్ దగ్గర సంతకం తీసుకొన్నాడు. తర్వాత అర్జున్, అశోక్ ఇద్దరూ అక్కడినుండి వెళ్లిపోయారు.

వాళ్ళిలా వెళ్లీవెళ్లగాల్నే పోలీస్ కమీషనర్ అక్కడికి వచ్చాడు.

కమీషనర్: " హాయ్ స్వర్ణ! అంతా ఒకేనా?"

స్వర్ణ: "లేదండి! ఆ ఆక్సిడెంట్ లో బ్రతికిన కుర్రాడిని విచారిస్తే ఏమైనా వివరాలు తెలుస్తాయేమోని అనుకున్నాను. వాడికేమో అస్సలు ఏమీ గుర్తులేదంట! వాడికి చిన్నప్పటినుండీ చాలా మతిమరుపట!"

"అవునా?" తనలో తానే చాలా సంతోషించాడు కమీషనర్.

"అవును. ఏ క్లూ దొరకలేదు!"

"చూడు స్వర్ణ! నువ్వేలా ఆలోచిస్తున్నావో నాకు అర్ధమైంది. మీ నాన్న శేఖర్ గొప్ప సి.ఐ.డి ఆఫీసర్ అయినంతమాత్రాన ఆక్సిడెంట్ లో చనిపోకూడదని ఎక్కడైనా ఉందా? పోస్టుమార్టమ్ రిపోర్టులో కారు ప్రమాదం వల్లే అతను చనిపోయాడని చాలా స్పష్టంగా ఉంది."

"కానీ సర్.." అని ఏదో చెప్పబోయింది స్వర్ణ.

"లేదు! ఇంకేం చెప్పొద్దు. ఇది ఇక్కడితో వదిలేయ్! అయినా ఆ నగల వ్యాపారి హత్య కేసు ఏమైంది? దాన్ని త్వరగా పరిష్కరించమని పై ఆఫీసుర్లునుండి ఫోన్స్ వస్తున్నాయి."

సైలెంటుగా ఉండిపోయింది స్వర్ణ.

"ఏం! మాట్లాడవేం? ఇలా అనవసరమైన వాటిమీద టైం వేస్ట్ చేస్తే నేను నీమీద ఆక్షన్ తీసుకోవాల్సి వస్తుంది."

"లేదు సర్! అర్జున్ కి ఖచ్చితంగా ఏదో తెలుసు. కానీ వాడు చెప్పడం లేదు. తిట్టాను! బెదిరించాను! అయినా ఏమీ మాట్లాడలేదు వాడు! మీకు ఇంకొక ఆసక్తికరమైన

విషయం చెప్తాను. 12 సంవత్సరాల క్రితం వైజాగ్ లో, కాళీ అనే ఒక నేరస్తుడు ఒక పిల్లాణ్ణి షాపింగ్ మాల్ పైనుండి కింద పడేశాడు? మీకు గుర్తుందా?"

ఒక్కసారిగా ఉలిక్కిపడ్డాడు కమీషనర్. కొంచం కంగారుగా "ఆ గుర్తుంది! అదెలా మర్చిపోతాను? అయినా ఆ నేరస్తుణ్ణి అప్పుడే ఎన్కౌంటర్ చేశాం! ఇప్పుడతని విషయం ఎందుకు?"

"అవును. అప్పుడు ఆ బిల్డింగ్ మీద నుండి పడిన పిల్లాడు, నేను ఆక్సిడెంట్ నుండి కాపాడిన అర్జున్ ఇద్దరూ ఒక్కరే!"

కమీషనర్ కొంచం నింపాదిగా "అవునా? వాట్ ఏ వండర్! నువ్వా పాత క్రిమినల్ గురించి అడిగితే ఇంకా ఎందుకో అనుకున్నాను. ఇంకొకటేమిటంటే నువ్వనుకునే కేసులో అర్జున్ సాక్షి మాత్రమే. నేరస్తుడు కాదు. నువ్వు వాణ్ని బెదిరించి భయపెట్టి నిజం తెలుసుకునేదానికన్నా, ఫ్రెండ్లీ గా ఇంటికి తీసుకెళ్ళి అడిగితే ఈజీగా చెప్పొచ్చు."

"సరే సర్! మీ సలహాకు థాంక్స్! వ్యాపారిహత్య కేసు కూడా త్వరగా పరిష్కరిస్తాను."

తర్వాత అక్కడినుండి వెళ్ళిపోయాడు కమీషనర్.

స్వర్ణ అన్నమాటలు ఆలోచించసాగాడు అర్జున్. స్కూల్లో తన గురించి ఎంత చులకనగా అనుకుంటున్నారు. తనకి చదువు చెప్పడం ఏ టీచర్ కి కూడా ఇష్టం లేదు. స్నేహితులైతే ఒక్క రాహుల్ తప్ప ఇంకెవరూ లేరు. ఇలా ఆలోచిస్తూ తనలో తానే భాధపడసాగాడు అర్జున్.

సాయంత్రమైంది. అప్పుడు అశోక్ ఇంట్లోలేదు! అర్జున్ని చూడటానికి రాహుల్, వాళ్ళమ్మతో కలిసి వచ్చాడు. రాహుల్ అర్జున్ కంటే చాలా చిన్నవాడు. అతని వయస్సు తొమ్మిది సంవత్సరాలు. వాళ్ళని చూసి ప్రభ కూడా అక్కడికి వచ్చింది.

రాహుల్: "అర్జున్! ఇప్పుడెలా ఉంది నీకు? ఎప్పటినుండి స్కూలుకి వస్తున్నావు?"

అర్జున్: "ఇంకా గాయాలు పూర్తిగా మానిపోలేదు. స్కూలుకి రావడానికి ఇంకో రెండు వారాలు పట్టొచ్చు."

అర్జున్ తో రాహుల్ స్నేహం చేయడం వాళ్ళమ్మకి పెద్ద ఇష్టం లేదు. అందువల్ల ఆమె కొంచం ముభావంగా ఉంది.

రాహుల్ అమ్మ: "ఏమైందండి అర్జున్ కి? ఏదో ఆక్సిడెంట్ జరిగిందని రాహుల్ అన్నాడు"

ప్రభ: "అవును. వాడు సైకిల్ మీద వెళుతుంటే వెనకనుండి ఏదో వాహనం గుద్దింది."

"మరి మీరు ఈ సంవత్సరం చదువు ఆపేస్తున్నారా? పాపం.. ఇలా గాయాలతో వాడేమి చదవగలుగుతాడు? నేను ఈ మధ్య స్కూలుకి వెళ్ళినప్పుడు, అర్జున్ ని ఎగ్జామ్స్ పంపనని హెడ్ మాస్టర్ ఎవరితోనో అంటున్నాడు."

"లేదు. అశోక్ వెళ్ళి హెడ్ మాస్టర్తో మాట్లాడారు. ఇప్పుడు ఎగ్జామ్స్ కి పంపిస్తానని చెప్పారట! మేము ఫీజు కూడా అంతా కట్టేశాము."

"అయినా మీ పిచ్చికానీ! ఇప్పుడు వీడు అయిదవ తరగతి పాసై ఏంచేస్తాడు? ఏద్దైనా పనిలో పెట్టండి. ఏ షాపులోనే, సూపర్ మార్కెట్లోనో. వాడి పొట్ట వాడు పోసుకుంటాడు. మీకూ తలనొప్పి ఉండదు."

ఆ మాటలు వినేటప్పటికీ మనస్సు చివుక్కుమంది ప్రభకి. అయినా ఈవిడెవరు అర్జున్ని ఇలా అనటానికి!

"లేదు. ఈ సారి అర్జున్ తప్పకుండా పాసవుతాడు."

"పాసైతే మాత్రం ఏం ఉపయోగం? ఇవ్వాళరేపు పాసైతే ఏమీలాభంలేదు. మా వాడికి 85% వస్తున్నా కూడా లాభంలేదంటున్నారు టీచర్లు. ఇప్పుడు కాంపిటీషన్ బాగా పెరిగిపోయింది."

అర్జున్ కూడా ఆ మాటలకి భాధ పడుతున్నాడని అర్థమైంది ప్రభకి.

రాహుల్ ని తన గదిలోకి తీసుకెళ్లి మాట్లాడమని అర్జున్ తో చెప్పింది ప్రభ. రాహుల్ మనసులో ఇక్కడికి రావడానికి ముందు జరిగిన గొడవ గురించి గ్రహించాడు అర్జున్. రాహుల్ అమ్మమ్మ "ఒరేయ్! చవటలతో నీకేం స్నేహంరా? ఎవడైనా తెలివైన వాళ్లతో స్నేహం చేస్తాడు. నువ్వేమో వెతికి వెతికి ఇంకెవరూ దొరకనట్టు ఆ దద్దమ్మతో స్నేహం చేస్తున్నావు! ఇలాగైతే నువ్వు పైకి ఎదగలేవు. ఇకనైనా వాణ్ని వదిలేసి మీ క్లాసులో ఫస్ట్ వచ్చే వాళ్లతో స్నేహం చెయ్! బాగుపడతావు!" అంటూ వాణ్ణి గట్టిగా మందలించింది. అన్ని తిట్టినా రాహుల్ మాత్రం అర్జున్ని చూసితీరాలని పట్టుపట్టి ఏమీ తినకుండా ఉంటే, ఇంకేమి చేయలేక వాళ్లమ్మ ఇక్కడికి తీసుకొని వచ్చింది.

అర్జున్ స్కూల్లో విషయాలు అడిగి తెలుసుకున్నాడు. కొంచం సేపటికి రాహుల్, వాళ్ళమ్మ అక్కడినుండి వెళ్లిపోయారు. అర్జున్ విచారంగా ప్రభ దగ్గరికి వెళ్ళాడు.

"అర్జున్! నువ్వేమీ బాధపడకు. ఆవిడ మాటలు పట్టించుకోవద్దు. ఆవిడని వాళ్ళ అత్తగారు రోజూ రాచిరంపాన పెడుతుందిట. అందుకే కొంచం మూడ్ ఆఫ్ లో ఉంది."

మాటవరసకు అలా అన్నా, ప్రభ మనసులో ఉన్న ఆలోచనలను, బాధను గ్రహించాడు అర్జున్. ఇంతలో అశోక్ వచ్చాడు. రాహుల్ వచ్చిన విషయం చెప్పింది ప్రభ.

"సరే కానీ నిజంగా మీరు ఆ స్వామీజీ దగ్గరికి వెళ్లాలా?" అడిగాడు అశోక్, ప్రభ ఏమైనా మనసు మార్చుకుందేమోనని.

"అవును! ఖచ్చితంగా!" చెప్పింది ప్రభ.

"సరే! ఇదుగో పది వేలు! జాగ్రత్తగా వెళ్లి రండి" అని డబ్బిచ్చాడు అశోక్.

"మీరు రావచ్చు కదా?"

"నాకు అంత ఇంటరెస్ట్ లేదు!" అని లోపలికి వెళ్ళాడు అశోక్.

అలా అంటున్నప్పుడు అశోక్ మనసులో ఉన్న ఆలోచనలు కూడా అర్థం చేసుకున్నాడు అర్జున్. ఆ రోజు రాత్రి అర్జున్ కి ఏమీ తినబుద్ధి కాలేదు. తనవల్లనే కదా వీళ్ళకి ఇన్ని కష్టాలు. స్కూలుకోసం, వైద్యం కోసం ఇప్పటికే నాన్న చాలా అప్పులు చేశాడు. నెల మొదట్లోనే మళ్ళీ జీతం ఎప్పుడెప్పుడు వస్తుందాని ఎదురు చూడాల్సిన పరిస్థితి. తనకోసం అమ్మ కూడా ఇలాంటి మాటలెన్నో పడింది. తన చిన్నప్పటినుండి ఇలా ఉన్నప్పటికీ, ఆక్సిడెంట్ ముందు వరకూ తనకేమీతెలియదు. బైటివాళ్ళు ఏమన్నా, అన్నీ మర్చిపోయేవాడు. ఇప్పుడు ఎదుటివాళ్ళ మనసులో అనుకునేవి కూడా తెలియడంవల్ల, అర్జున్ మనశ్శాంతి పూర్తిగా దెబ్బతింది. ఇదేదో పెద్ద శిక్షలాగా అనిపించింది. ఎలాగైనా, దీన్నుండి త్వరగా బైటపడాలనుకున్నాడు. డాక్టర్ అరవింద్ దీనికి తప్పకుండా మంచి మెడిసిన్ ఇవ్వగలడని అమ్మ

చెప్పింది పదే పదే గుర్తురాసాగింది. ఇలా ఆలోచిస్తుంటే రాత్రంతా నిద్ర పట్టలేదు అర్జున్ కి. తెల్లారిన వెంటనే అమ్మతో స్వామీజీ దగ్గరకి కాకుండా డాక్టరు దగ్గరికి వెళదామని చెప్పాలనుకున్నాడు. డాక్టర్ అరవింద్ దగ్గరికి వెళ్లి ఈ కొత్తగా వచ్చిన రోగానికి మంచి మెడిసిన్ తీసుకోవాలనుకున్నాడు. ఈ ఆలోచనలతో ప్రతి ఐదు నిముషాలకీ టైం చూస్తూ పొద్దున్న 4 గంటల వరకూ నిద్రపోలేదు అర్జున్. అప్పుడు కొంచం నిద్ర పట్టింది. నిద్రలో ఒక విచిత్రమైన కల వచ్చింది. ఎవరో వ్యక్తి తలమీద చేయివేసి ఆశీర్వదించినట్టు, ఎంతో ఆనందం కలిగినట్టు ఉందా కల!

ఆదివారం, 09 డిసెంబర్. ఇంతలో ప్రభ వచ్చి అర్జున్ని నిద్రలేపింది. "అర్జున్! త్వరగా స్నానం చేసి రెడీఅవు. పొద్దున్న ఎనిమిదింటినుండే స్వామీజీని కలవడానికి జనాలు వస్తుంటారు. అసలే ఇవ్వాళ ఆదివారం. లేటయితే చాలాసేపు ఎదురుచూడాలి."

అర్జున్ లేచి టైం చూసాడు. ఆరైంది. కలలో కలిగిన ఆనందం ఇంకా అలానే ఉంది అర్జున్ కి. రాత్రి అనుకున్న విషయం గుర్తుకువచ్చింది.

"అమ్మా! ఇవాళ్టికి డాక్టర్ అరవింద్ దగ్గరికి వెళదాం. నా సమస్య ఆయనకి చెప్పి మెడిసిన్ తీసుకున్నాక తర్వాత స్వామీజీ దగ్గరికి వెళదాము. సరేనా?"

"ఆ డాక్టర్ ఇప్పుడు ఇక్కడ లేరు. బ్రిటన్ నుండి రేపొద్దున వస్తారట. నాన్న మంగళవారానికి అపాయింట్మెంట్ బుక్ చేశారు. నీకేమైనా ప్రాబ్లెమ్ గా ఉందా?"

"ఏమీలేదు. నిన్న డాక్టర్ దగ్గరికి అంటే ఇవ్వాళ వెళ్తామేమో అనుకున్నాను." అని సర్దిచెప్పాడు అర్జున్.

"సరే! త్వరగా లేచి రెడీ అవు"

ఇద్దరూ స్వామీజీని కలవడానికి ఎనిమిదింటిలోపే అక్కడికి చేరుకున్నారు. అక్కడ స్వామీజీ శిష్యుడొకడు చీటీ మీద నెంబర్ వేసి ఇస్తున్నాడు. ప్రభ ఆ టోకెన్ తీసుకోవడానికి వెళుతుంటే, ఒకతను వాళ్ళ దగ్గరికి వచ్చాడు. మాసిపోయిన గడ్డం, దుమ్ము పట్టిన దుస్తులతో చూడటానికి బిచ్చగాడిలా ఉన్నాడు. అతనిని చూస్తూనే 'పక్కకి పో' అన్నట్టు చేయూపింది ప్రభ. అయినా అతను

దగ్గరికి వచ్చి "అమ్మా! అన్నం తిని రెండు రోజులైంది. చాలా ఆకలిగా ఉంది. అయిదు రూపాయలివ్వమని" అడిగాడు. "పో పో! తర్వాత రా!" అని అదిలించి టోకెన్ తీసుకోవడానికి వెళ్ళింది ప్రభ.

అర్జున్ని చూసి పలకరింపుగా నవ్వాడతను. అర్జున్ కి ఆ డాక్టర్ ని కలవడమే తక్షణ కర్తవ్యంగా ఉంది. అర్జున్ చిరాకుగా మొహం పెట్టి తల పక్కకి తిప్పేశాడు. తర్వాత ఆ బిచ్చగాడు అక్కడకి వచ్చిన ఇంకొందరిని డబ్బు అడగడానికి వెళ్ళిపోయాడు.

ఇంతలో ప్రభ టోకెన్ తీసుకొని వచ్చింది. "మనం ముందు రావడం మంచిదైంది. ఇంకో గంటలో మనం స్వామీజీని కలవచ్చు. సరే లోపలికి వెళదాం పద!"

ఇద్దరూ లోపలికి వెళ్లి అక్కడ విజిటర్స్ కోసం ఉన్న కుర్చీలలో కూర్చున్నారు. వాళ్ళకి కొంచం దూరంగా ఒక స్టేజి మీద స్వామీజీ తనని చూడటానికి వచ్చిన వాళ్లతో మాట్లాడుతున్నాడు. స్వామీజీ, అతని శిష్యులు, ఆయన్ని కలవడానికి వచ్చేవాళ్లు అంతా చాలా హడావిడిగా ఉందక్కడ! ముందరే ఎందుకు ప్రత్యేక పూజ చేయించుకోలేదని స్వామీజీ అంటారేమోనని కంగారుగా ఉంది ప్రభ.

ఆ స్వామీజీ, అతని శిష్యులు ఎలాంటివారో తెలుసుకోవాలని వాళ్ళని పరిశీలించాడు అర్జున్. వెంటనే వాళ్ళ మనసులో విషయాలు తెలుసుకున్నాడు. ఆ స్వామీజీకి, అతని శిష్యులకి డబ్బు మీదనే ఆసక్తి. ఎవరిదగ్గరినుండి ఎంత గుంజాలో, ఎలా అడిగితే ఇస్తారో వాళ్ళకి బాగా తెలుసు. ఆ స్వామీజీకి ఎదుటివ్యక్తి భవిష్యత్తు చెప్పగలిగే శక్తి ఉన్నా అది అందరికీ అందుబాటులో ఉండదు. అది కేవలం డబ్బున్న వాళ్ళకి, అంటే వాళ్ళు అడిగినంత ఇవ్వగలిగినవాళ్ళకి మాత్రమే

లభ్యమవుతుంది. అతని శిష్యుడు వీళ్ళని చూపిస్తూ స్వామీజీ చెవిలో ఏదో అన్నాడు. స్వామీజీ తిరిగి అతనితో ఏదో అన్నాడు. వాళ్లేమనుకున్నారో వినిపించకపోయినా అర్జున్ వాళ్ళ భావాన్ని అర్ధం చేసుకున్నాడు. అంతకుముందు ప్రత్యేక పూజ చేసుకోకుండా ఇప్పుడు వచ్చారని శిష్యుడంటే, స్వామీజీ ఇప్పుడు ప్రత్యేక పూజ చేయడం వల్ల ఉపయోగం లేదని, ఇంకో హోమం చేయడానికి నలభై వేలవరకు అడగమని చెప్పాడు. శిష్యుడు సరేనన్నట్టుగా తలూపాడు.

ఇక అక్కడ ఉండటం వ్యర్ధమనిపించింది అర్జున్ కి. కానీ బైటికి ఎలా వెళ్లడం? బైటికి వెళ్ళడానికి అమ్మ ఒప్పుకోదు కదా! ఏదో ఒక డ్రామా చేసి బైటికి వెళదామనుకున్నాడు అర్జున్.

తలపట్టుకుని "అమ్మా! బాగా తల నొప్పిగా ఉంది! ఇక్కడ గోలకి తలనొప్పి వస్తుంది" అన్నాడు.

"అయ్యో! కొంచం ఓర్చుకోరా! త్వరగా స్వామీజీని కలిసి ఇంటికి వెళ్ళిపోదాం!" అంది ప్రభ ఆదుర్దాగా!

"నా వల్ల కావడంలేదమ్మా!"

ఏమీ అనలేక ప్రభ "సరే! బైటకివెళ్ళు. కానీ దగ్గరలోనే ఉండు. నేను స్వామీజీ దగ్గరికి వెళ్ళేటప్పుడు నీకు కాల్ చేస్తాను. వెంటనే లోపలి రా!"

సరేనని బైటికి వచ్చాడు అర్జున్. అక్కడికి వస్తున్న జనాలని పరిశీలించాడు అర్జున్. అక్కడికి వచ్చేఅందరూ ఏదో ఒక సహాయం కోసం వచ్చేవారే. అర్జున్ అలవోకగా వాళ్ళెందుకు అక్కడికి వచ్చారో తెలుసుకోగలిగాడు. కానీ అతనికి అది ఏమంత ఆసక్తిగా అనిపించలేదు. త్వరగా డాక్టర్ దగ్గరికి వెళితే బాగుంటుందని అనుకుంటూ అటూఇటూ చూడసాగాడు. అంతకుముందు వాళ్ళదగ్గరికి

వచ్చిన బిచ్చగాడు అక్కడ ఒక చెట్టుకింద కూర్చొని ఉన్నాడు. అతను ఆకలిగా ఉందని డబ్బు అడగడం గుర్తుకు వచ్చింది అర్జున్ కి. అతనికి నిజంగా ఆకలిగా ఉందో లేదో తెలుసుకోవడానికి అతని మనస్సుని తెలుసుకునే ప్రయత్నం చేశాడు. కానీ అర్జున్ కి అది సాధ్యపడలేదు. కొంచం దగ్గరికి వెళ్లి మళ్ళీ ప్రయత్నించాడు. అయినా ఉపయోగంలేదు. ఏదైనా చేసి ఆ బిచ్చగాడి మనసులో అలజడి చేసి అప్పుడు మళ్ళీ ప్రయత్నించాలనుకున్నాడు. అందుకోసం చిన్న ఉపాయం కూడా ఆలోచించాడు. ఎప్పటినుండో తనవద్ద ఉన్న ఒక చినిగిపోయిన ఐదు రూపాయల నోటు పర్సులోనుండి తీసి అతని ముందుకు వెళ్ళాడు. ఏదైనా చెల్లని నాణెం, చిరిగిన నోటు లాంటివి ఇస్తే బిచ్చగాళ్ళకి సహజంగానే చాలా కోపం వస్తుంది.

"ఇందాక అయిదు రూపాయలు కావాలని మమ్మల్ని అడిగావు కదా! ఇదుగో తీసుకో!" అని అన్నాడు అర్జున్ ఆ చిరిగిపోయిన నోటును ఇస్తూ.

అతను ఆ అయిదు రూపాయలనోటు తీసుకొని ఏమీ అనకుండా వెంటనే తన జేబులో పెట్టుకున్నాడు. అర్జున్ మళ్ళీ అతనేమనుకుంటున్నాడో తెలుసుకోవడానికి ప్రయత్నించాడు. ఇప్పుడు కూడా ఏమీ తెలుసుకోలేకపోయారు. అక్కడే నిలబడి అలా ప్రయత్నిస్తూనే ఉన్నాడు.

ఆ బిచ్చగాడు అర్జున్ని చూసి నవ్వుతూ "ఏమోయ్! నా మనసులో ఏముంటే నీకెందుకు?"

అర్జున్ ఆశ్చర్యపోతూ "అవును! నేనెంత ప్రయత్నించినా మీరు ఏమనుకుంటున్నారో తెలుసుకోలేకపోతున్నాను. కానీ ఇతరుల విషయంలో చాలా సులభంగా తెలుసుకోగలుగుతున్నాను. మీరు

ఉన్నతీరు చూస్తే బిచ్చగాడిలా ఉన్నా మీరు చాలా గొప్ప వ్యక్తని అర్థమవుతోంది. మీరే నా సమస్యకి ఒక పరిష్కారం చూపించాలి" అన్నాడు అతనికి నమస్కారం చేస్తూ.

"నీకొచ్చిన బహుమతిని సమస్యగా భావిస్తున్నావు. ఆక్సిడెంట్ లో నువ్వు చెట్టుకు గుద్దుకొని కిందపడినప్పుడు, అప్రయత్నంగా యోగవిద్యలో ఉత్కృష్టమైన సమాధిస్థితిలోకి వెళ్ళావు. అది చాలా ఉన్నతమైన స్థితి. మరణానికి కూడా లోబడని స్థితి. కాబట్టే ఆక్సిడెంట్ జరిగిన తర్వాత నాల్గు గంటలకి నిన్ను హాస్పిటల్ కి తీసుకొని వెళ్లినా నువ్వు బ్రతికావు. ఆ స్థితిలో నువ్వు ముఖ్యంగా మూడు శక్తులు సంపాదించావు. అందులో మొదటిది, అపరిమితమైన మేధో సంపత్తి, మానసిక సామర్థ్యం. రెండవది ఇతరుల మనస్సులో ఉన్న విషయాలు తెలుసుకోగలగడం. మూడవది...దాని గురించి నువ్వింకా తెలుసుకోలేదు. త్వరలోనే తెలుస్తుంది. నీకు ఎంతో మానసిక సామర్థ్యం ఉండటంవల్లనే ఇతరులు నిన్ను ఎంత చులకనగా చూసినా, మాట్లాడినా, నువ్వు తట్టుకొని ఉండగలుగుతున్నావు. ఏది ఏమైనా, నీవల్ల మీ అమ్మ నాన్న పడిన కష్టాలకు నువ్వు మాత్రం కారణం కాదు."

అలా అర్జున్ కి తెలిసినవి, తెలియనివి అన్ని విషయాలూ చెప్పేటప్పటికి అర్జున్ కి నోటమాటరాలేదు. అర్జున్ కి గౌరవభావంతో కళ్ళలో నీళ్లు తిరిగాయి. ఇతను నిజంగా మహానుభావుడే. తనకి సరైన దారి చూపించటానికి వచ్చివుంటారని అనుకున్నాడు.

ఇంకా అతను ఇలా చెప్పాడు. "నీకు రాబోయే మూడవ శక్తి పూర్తిగా మానవాతీతమైనది. నీఅంతట నువ్వు సమర్థవంతంగా దాన్ని ఉపయోగించలేవు." అని తన అరచేయి మూసి తెరిచాడు. ఆ చేతిలోకి ఒక నల్లటి వజ్రం వచ్చింది. దాన్ని అర్జున్ కి ఇస్తూ "ఆ మానవాతీతమైన శక్తిని

ఉపయోగించడంలో ఈ వజ్రం నీకు సహకరిస్తుంది. ఈ వజ్రాన్ని పూర్వం భేతాళుడు విక్రమార్క మహారాజుకిచ్చాడు. దీని ఉపయోగం నీకు తెలిసేవరకూ దీన్ని జాగ్రత్తగా భద్రపరుచు! నువ్వనుకున్నట్టు ఈ శక్తులు ఏ కారణంలేకుండా నీకు రాలేదు. ఒక గొప్ప కార్యసాధన నిమిత్తమై వచ్చాయి. నీ ప్రధాన శత్రువెవరో ఇప్పటికే తెలుసుకున్నావని అర్థమైంది. అతనివల్ల నువ్వేకాదు, ఎందరో అమాయకులు బలయ్యారు. బలవుతున్నారు. అతను ప్రధానమంత్రి కావాలనే ప్రయత్నంలో దేశంలో ఉన్న దుర్మార్గులందరినీ తన చేతిలోకి తెచ్చుకునే ప్రయత్నం చేస్తున్నాడు. అతడు అందులో సఫలమైతే, మొత్తం ఈ దేశానికే చేటు! ప్రజలందరూ అతని బానిసత్వంలోకి వెళ్ళిపోతారు! అప్పుడు అతన్ని ఆపడం ఎవరితరమూ కాదు. అతనివల్ల ఈ దేశానికీ, ప్రజలకి రాబోయే చీకటిరోజులని నువ్వు తప్పించాలి. ఈ పని సులభమైంది కాదు. నీకు నమ్మకమైన మిత్రుల సహాయం చాలా అవసరం. నీకు వచ్చిన శక్తులని అందరికీ సహాయం చేయడానికి వినియోగించు. నీకు శుభం కలుగుతుంది." అని అర్జున్ తలమీద చేయి పెట్టాడు ఆశీర్వదిస్తున్నట్టుగా. ఒక విధమైన విద్యుత్ అర్జున్ శరీరంలోకి ప్రవహించగా, శరీరమంతా రోమాంచితమై మనసంతా ఆనందంతో నిండిపోయింది అచ్చం కలలో వచ్చినట్టుగా.

"ఇంకో విషయం! నువ్వు ఎవరుపడితే వాళ్ళ మనసుని తెలుసుకునే ప్రయత్నం చేయకుండా ఉంటేమంచిది! అవసరమైనచోట మాత్రమే అది ఉపయోగించు! రాహుల్ నీకు మంచి స్నేహితుడైనా నీకు అతనివల్ల పెద్ద ప్రయోజనమేమీ ఉండదు. నీకు నమ్మకమైన ఫ్రెండ్స్ అవసరం చాలా ఉంది. అదుగో! ఒకరు నీతో స్నేహంకోసం వస్తున్నారు!" అంటూ అప్పుడే జీపులో నుండి దిగుతున్న స్వర్ణని చూపించాడు.

స్వర్ణ, వాళ్ళమ్మతో స్వామీజీని కలవడానికి అక్కడికొచ్చింది. స్వర్ణ అక్కడ అర్జున్ని చూసి అతనివైపు రాసాగింది.

ఇంతలో అక్కడికి వచ్చిన ప్రభ, వెనకనుండి అర్జున్ని లాగి "ఇక్కడేం చేస్తున్నావురా? ఎన్ని సార్లు కాల్ చేసాను నీకు? ఒక్కసారి కూడా ఫోన్ ఎత్తలేదు. నువ్వు వెళ్లిన కొన్ని నిముషాలకే స్వామీజీ నన్ను రమ్మని స్వయంగా పిలిచాడు. నువ్వు ఎంతకూ ఫోన్ ఎత్తకపోయేటప్పటికీ నేను ఒక్కదాన్నే వెళ్లి కలిసొచ్చాను." అంది కోపంగా.

"అయిదు రూపాయలివ్వడానికి ఎన్ని ప్రశ్నలడుగుతావయ్యా బాబూ?" అని విసుకుగా మొహం పెట్టి అక్కడినుండి వెళ్ళిపోయాడు మహానుభావుడైన ఆ అజ్ఞాత వ్యక్తి. అర్జున్ కృతజ్ఞతగా అతని వైపు చూస్తూ అతనిచ్చిన వజ్రాన్ని తను వేసుకున్న స్పోర్ట్స్ జాకెట్ జేబులో దాచుకున్నాడు.

ఇంతలో స్వర్ణ వాళ్ళదగ్గరికి వచ్చింది. అర్జున్ని వాళ్ళమ్మకి పరిచయం చేసింది.

"నాకు తెలియకపోవడమేమిటి? వీణ్ణి కాపాడినప్పుడు నేనూ నీతోనే ఉన్నాను కదా?" అంది ఆవిడ.

ప్రభని పలకరిస్తూ "ఇక్కడికి స్వామీజీని కలవడానికి వచ్చారా?" అడిగింది స్వర్ణ.

ప్రభ: "అవును! రెండునెలల క్రితం ఒక ప్రత్యేక పూజ చేయిస్తే అర్జున్ కి మంచిదని స్వామీజీ అన్నారు. కానీ అప్పుడు చేయించలేదు. ఇప్పుడు అడిగితే ఇప్పుడే ప్రత్యేక పూజ వద్దు. అర్జున్ ఆరోగ్యం కోసం ప్రత్యేకమైన హెూమమైతే చాలామంచిదని అన్నారు!"

అర్జున్: "అందుకోసం నలభైవేల వరకూ ఖర్చవుతుందని చెప్పారా?"

అర్జున్ తన మనసులోది గ్రహించాడని ప్రభ అర్జున్ తో "అలా అనకూడదు అర్జున్." అంది మందలింపుగా.

స్వర్ణ వాళ్ళమ్మ "దీనికి కూడా అంతే! సాధువులంటే, పూజలంటే అస్సలు గౌరవమే లేదు. అలానే అంటుంటుంది" అంది స్వర్ణని చూపిస్తూ.

స్వర్ణ నవ్వుతూ " మరి వాళ్ళడిగిన డబ్బు కట్టేశారా?"

ప్రభ: "లేదు! నేను పదివేలు మాత్రమే తెచ్చాను. తర్వాత వచ్చి కట్టేస్తాను. అయినా నా భాధ అందుకోసం కాదు. ఇంత దూరం వచ్చి కూడా, అర్జున్ కి ఆ స్వామీజీ ఆశీర్వాదం దక్కలేదు. అందుకని!"

స్వర్ణ: "మేమెలాగూ ఆయన దగ్గరికే వెళుతున్నాము. కావాలంటే మేము అర్జున్ని మాతో కూడా తీసుకొని వెళతాము. అలాగే మీరు ఒప్పుకుంటే, ఇవ్వాళ అర్జున్ని మా ఇంటికి లంచ్ కి తీసుకొని వెళదామనుకుంటున్నాను. "

ప్రభ అర్జున్ వైపు చూసింది. ఆ అజ్ఞాతవ్యక్తి చెప్పడం వల్ల అర్జున్ సరే అన్నాడు.

"సరే అయితే! మరి తర్వాత అర్జున్ని మా ఇంటిదగ్గర దిగపెట్టేస్తారా?"

"అయ్యో! తప్పకుండా! నేనే తీసుకొస్తాను." అంది స్వర్ణ.

ప్రభ అక్కడినుండి ఇంటికి వెళ్ళిపోయింది. స్వర్ణ కోసం అప్పటికే వాళ్ళు ఒక టోకెన్ అట్టిపెట్టారు. ముగ్గురూ స్వామీజీ దగ్గరికెళ్ళిన తర్వాత స్వర్ణ ఇంటికి వెళ్లారు.

ఇంటిదగ్గరికి వెళ్ళగానే అక్కడి ఇస్త్రీ బండివాడు స్వర్ణ దగ్గరికి వచ్చాడు. "మీ డ్రెస్సులు ఇస్తే, త్వరగా ఇస్త్రీ చేసిస్తాను. సాయంత్రం నేను తెలిసిన వాళ్ళింటిలో బర్త్ డే పార్టీకి వెళ్ళాలి. ఈ అబ్బాయి ఎవరు?" అనడిగాడు అర్జున్ ని చూస్తూ.

స్వర్ణ "కొంచంసేపాగు. తెచ్చిస్తాను. ఇతను అర్జున్ అని మాకు తెలిసినవాళ్లబ్బాయి."

"సరేనమ్మా! నేను బండి దగ్గరే ఉంటాను. ఒక కేకవేస్తే వచ్చి తీసుకెళ్తాను!".

అతన్ని జాగ్రత్తగా గమనించాడు అర్జున్.

స్వర్ణ ఇల్లు మరీ అంత పెద్దదేమీ కాదు. కానీ ఇండిపెండెంట్ హౌస్. ఇంట్లోకి వెళ్ళాక పెద్దావిడ వంటగదిలోకి వెళ్ళిపోయింది. స్వర్ణ రూములో ఉన్న తన ఇస్త్రీ చేయాల్సిన బట్టలు తీసుకొని బయటికి వెళ్ళింది. అర్జున్ హాల్ లో కూర్చున్నాడు. అక్కడ ఒక ఫోటోకి పూలదండ వేసిఉంది. అది సి.ఐ.డి. శేఖర్ ఫోటో. ఆరోజు హత్యా చేయబడ్డ శేఖర్ స్వర్ణ నాన్నగారని అప్పుడు తెలిసింది అర్జున్ కి. శేఖర్ కోసం వెళుతుంటే తాను కనబడేటప్పటికీ, స్వర్ణ తనని హాస్పిటల్ లో చేర్పించింది. శేఖర్ ఫోటోని అర్జున్ చూడటాన్ని గమనించింది లోపలికి వచ్చిన స్వర్ణ.

"ఈయన మా నాన్నగారు! నువ్వు ఇంతకుముందు ఈయన్ని ఎక్కడైనా చూశావా?"

"లేదు!"

"నన్ను క్షమించు! స్టేషన్ లో మేమన్న మాటలు నిన్ను బాధపెట్టుంటాయి. నాకు నిజం తెలుసుకోవడానికి నువ్వు తప్ప ఇంకొక మార్గం లేదు. ఆరోజు మా నాన్న నాకు

వాట్సాప్ లో "మే డే" అని ఒక మెసేజ్ పెట్టారు. తర్వాత కొన్ని నిముషాలకే ఆయన చనిపోయారు. యాదృచ్ఛికంగా ఆతర్వాత కొన్ని నిముషాలకి నీకు ఆక్సిడెంట్ అయింది. వీటన్నింటికీ ఏదో సంబంధం ఉందని నా అభిప్రాయం." అని ఉన్నదంతా చెప్పేసింది స్వర్ణ.

అర్జున్ ఏమీ మాట్లాడకుండా మౌనంగా ఉన్నాడు.

"నీకేం తెలిస్తే అదే చెప్పు. మేమే కాదు. నువ్వు కూడా వాళ్ళవల్ల బాధ పడుతున్నావు! మనం ఎలాగైనా ఆనేరస్తులకి సరైన గుణపాఠం చెప్పాలి."

"చెప్తాను. చెప్తే ఏం చేస్తావు?" అడిగాడు అర్జున్.

"న్యాయ పోరాటం చేద్దాం. కేసు బుక్ చేసి అతనికి సరైన శిక్ష పడేలా చేద్దాం! అతను ఇంకో తప్పు చేయకుండా ఆపుదాం."

"ఒకవేళ అతను మనకు అందనంత ఎత్తులో ఉంటే?"

"నువ్వు ముందర వాడి పేరు చెప్పు. మిగిలింది నేను చూసుకుంటాను."

స్వర్ణ ఎలాగైనా వాళ్ళనాన్నని చంపినవాళ్ల మీద ప్రతీకారం తీర్చుకోవడానికి ఎదురుచూస్తుందని అర్థం చేసుకున్నాడు అర్జున్.

"ఇప్పుడు మనమేమీ చేయలేము. అతనికోసం పనిచేసేవాళ్లెందరో మీ పోలీస్ డిపార్ట్మెంట్ లో కూడా ఉన్నారు. ఇప్పుడు అతన్ని సమీపించడం ఏమంత క్షేమం కాదు."

ఇంకా పిచ్చెక్కిపోయింది స్వర్ణకి.

"నీ వెర్రి సలహాలు వినే ఓపిక నాకు లేదు. వాడెవరో చెప్పు. వీలైతే న్యాయ మార్గంలో వెళతాను. లేదా! నేను

ఎలాగోలా వాణ్ని చంపేస్తాను. నువ్వు చెప్పకపోయినా నేను తెలుసుకోగలను. నాదగ్గర అందుకు కావలసిన సాక్ష్యం ఉంది."

"మీ నాన్న శరీరంలో దొరికిన బుల్లెట్ వల్ల నువ్వు తెలుసుకోగలిగేదేమీ లేదు. వాళ్ళు ఇప్పటికే మీ కుటుంబంమీద నిఘా ఉంచారు. నీకు ఏమాత్రం నిజం తెలిసిందని వాళ్ళకి అనుమానం వచ్చినా మిమ్మల్ని ప్రాణాలతో వదలరు."

కొంచం నెమ్మదించి, ఆశ్చర్యంగా మొహం పెట్టి "ఆ బుల్లెట్ విషయం నాకు తప్ప ఇంకెవరికీ తెలియదు. నాన్న అస్థికలు తీసుకుంటుంటే నా చేతికి దొరికింది. బహుశా మా నాన్నని గన్ తో కాల్చడం నువ్వు చూసుంటావు! లేకపోతే నీకు ఆ బుల్లెట్ విషయం ఎలా తెలుసు?"

తన గురించి చెప్పాల్సిన అవసరం ఉందని "ఆక్సిడెంట్ జరగడానికి ముందున్న అర్జున్ వేరు. ఇప్పుడు నువ్వు చూస్తున్న అర్జున్ వేరు. ఇప్పుడు నేను ఎదుటివాళ్ళ మనసులో ఉన్న విషయాలు తెలుసుకోగలను. అంతే కాదు. నా మేధాశక్తి కూడా ఎన్నోరెట్లు వృద్ధిపొందింది. ఆ హంతకుడిని పట్టుకోవడం నువ్వనుకుంత సులభం కాదు. మీ నాన్న హత్య చేయబడ్డారని నువ్వు తెలియనట్టుంటేనే మనందరికీ మంచిది. ఎందుకంటే, నేనే నీకు నిజం చెప్పానని వాళ్ళు మమ్మల్ని కూడా చంపేస్తారు. నిన్న పోలీస్ స్టేషన్ లో, నాతో ఈ నిజం చెప్పించడానికే అలా అవమానకరంగా ప్రవర్తించావని నాకు తెలుసు."

"సరే! నేనెవరితో చెప్పను. నాకు మాత్రం నిజం చెప్పు!"

"నీ మనసులో ఉన్న భావాలు నాకు స్పష్టంగా కనిపిస్తున్నాయి. కాబట్టి ఇప్పుడు ఇంతకంటే నేనేమీ చెప్పలేను. అవసరం వచ్చినప్పుడు తప్పకుండా చెప్తాను."

స్వర్ణ సందేహంగా మొహం పెట్టి "మా పోలీసులలో కూడా వాడి మనుషులున్నారని అంటున్నావు. నీ దగ్గర అందుకు ఆధారాలేమైనా ఉన్నాయా?"

"పోలీసుల దాక ఎందుకు? ఆ బైట ఉన్న ఇస్త్రీ వాడు 'వాడి' కోసమే పనిచేస్తున్నాడు."

"అబ్బా ఛా!! నిజమా? వాడు మాకు ఒక సంవత్సరం నుండి తెలుసు. చాలా నమ్మకస్తుడు. నేను ఇంట్లో లేనప్పుడు అమ్మకోసం చిన్న చిన్న పనులు కూడా చేస్తుంటాడు."

"అంటే కొన్ని సంవత్సరాల ముందునుండే మీ నాన్నగారు ఆ నేరస్తుడి గురించి పరిశోధన మొదలుపెట్టుండాలి. మీ నాన్నగారి గురించి వాడికి తెలిసి, సంవత్సరం నుండి మీ మీద నిఘా ఉంచాడు."

"ఇది నాకు నమ్మశక్యంగా లేదు! నేను నమ్మలేను!"

"వాడి ఫోన్ నెంబర్ మీదగ్గర ఉందా? ఉంటే ఒకసారి కాల్ చేయి".

ఫోన్లో వాడి నెంబర్ డయల్ చేసింది స్వర్ణ. ఫోన్ రింగైంది కానీ అతను ఫోన్ ఎత్తలేదు. కిటిలోనుండి చూసి "వాడు వేరే ఫోన్లో ఎవరితోనో మాట్లాడుతున్నాడు" అంది.

"సరే! నువ్వు వెళ్లి వాడు మాట్లాడుతున్న ఫోన్ నెంబర్ అడుగు. అది ఇస్తే, వాడు మంచి వాడు."

అర్థంకానట్టు మొహం పెట్టింది స్వర్ణ.

"నువ్వు వెళ్లి ట్రై చేయి. వచ్చి ఏమైందో చెప్పు!" అని ధీమాగా అన్నాడు అర్జున్. బైటికి వెళ్ళింది స్వర్ణ.

స్వర్ణ అమ్మ అక్కడికి వచ్చింది. "నువ్వు పొద్దున్నుంచి ఏమన్నా తిన్నావా?" అడిగింది అర్జున్ ని.

"లేదండి!"

"అయ్యో! మాటమాత్రమైనా చెప్పలేదే?" అని లోపలికివెళ్ళి అరటిపళ్ళు, బిస్కెట్స్, చిప్స్ తెచ్చి ఇచ్చింది.

"మేము కూడా పొద్దున్న ఏమీ తినకుండా వెళ్ళాము. ఒక అరగంటలో లంచ్ రెడీ అయిపోతుంది. ఈలోపు నువ్వు ఇవ్వి తినమ్మా!"

"థాంక్స్ ఆంటీ!" అని చిప్స్ తీసుకున్నాడు అర్జున్.

"ఆ రోజు ఆదివారం. నీకు ఆక్సిడెంట్ జరిగిన రోజు. స్వర్ణ ఏమీ చెప్పకుండా నన్ను తనతో బైటికి రమ్మంది. మేము అలా కారులో వెళుతూ ఆక్సిడెంటయి పడున్న నిన్ను చూశాము. వెంటనే నిన్ను మాతో తీసుకెళ్లి హాస్పిటల్లో చేర్పించాము. ఆ తర్వాత అసలు చోటికి వెళ్ళాము. అయినా తండ్రికి ఆక్సిడెంట్ జరిగిందని ఫోన్ వస్తే నేరుగా అక్కడికే తీసుకెళ్లకుండా సమయం వృథా చేసింది. అప్పటికే మావారు పూర్తిగా మంటల్లో కాలిపోయారు. ముందరే వెళ్లుంటే కొంచమైనా ఆయన్ని గుర్తుపట్టగలిగేదాన్ని. మేము వెళ్ళేటప్పటికి ఏమీ మిగలలేదు... ఏరుకోవడానికి అస్తికలు తప్ప. స్వర్ణకి వాళ్ళ నాన్న మీద ఇంత ద్వేషం ఉందని నేనస్సలు అనుకోలేదు." అంది అప్రయత్నంగా వచ్చిన కన్నీళ్లతో.

అర్జున్ అర్థం కానట్టు "స్వర్ణక్క అంకుల్ ని ఎందుకు ద్వేషిస్తుంది?"

స్వర్ణ ఎంత అడిగినా తన ఇంకొక ఫోన్ నెంబర్ ఇవ్వడానికి ససేమిరా అన్నాడు ఇత్స్తీచేసేవాడు. అలా షాక్ కి గురై లోపలికి రాబోతుంటే వీళ్ళమాటలు వినపడ్డాయి. అక్కడే తలుపు దగ్గరుండి వినసాగింది స్వర్ణ.

స్వర్ణ వాళ్ళమ్మ "నీకు తెలియదు! ఆయన ఎప్పుడూ స్వర్ణని దగ్గరికి తీసేవారు కాదు. ఆయనకి కొడుకు కావాలి. కూతురు అక్కర్లేదు. కనుక దీన్నెప్పుడూ పెద్దగా పట్టించుకోలేదు. ఇదీ అలానే ఆయనకి విలువ ఇవ్వకుండా పెరిగింది. ఏదో ఒక రోజు ఒకరినొకరు అర్ధం చేసుకుంటారనుకుంటున్నా కానీ, దాని మనసులో వాళ్ళ నాన్న మీద ఇంత ద్వేషం ఉందని నేను అనుకోలేదు. 'తండ్రికి ఆక్సిడెంట్ అయింది, అర్జెంటుగా రమ్మని ఫోన్ వస్తే' తాపీగా నాల్గు గంటల తర్వాత నన్ను తీసుకెళ్లింది. అక్కడికి మేమే ఆఖరున వెళ్ళాము. అప్పటికే వాళ్ళు అన్నీ తీసుకెళ్లారు. మాకు ఆఖరి చూపుకూడా దక్కలేదు" కళ్ళలో నీరు రావడంతో ఆమె గొంతు గధ్గదంగా మారింది. కొంచం తమాయించుకొని ఇంకా ఇలా అంది.

"అంతేనా! కారు వేగంగా చెట్టుకు గుద్దుకోవడంవల్ల వచ్చిన మంటల్లో ఆయన మరణించారని రెండు రోజుల్లో ఆ కేసు క్లోజ్ చేసేశారు. అసలు ఆయన ఆక్సిడెంట్ చేశారంటేనే నాకు నమ్మబుద్ధి కావడంలేదు. ఆయన ఎంత బాగా డ్రైవ్ చేస్తారో తెలుసా? నేను గర్భవతిగా ఊటీ లో ఉన్నప్పుడు నాకు అర్ధరాత్రి నొప్పులొస్తే పెద్ద డాక్టర్ దగ్గరికి వెళ్ళమన్నారు. అంత మంచులో ముందేమీ కనిపించకపోయినా ఆయన నన్ను కిందకి ఒక గంటలో క్షేమంగా తీసుకెళ్లి హాస్పిటల్ లో చేర్పించారు. ఇంత తెలిసికూడా స్వర్ణ ఆ కేసులో ఏ మాత్రం ఆసక్తి చూపించలేదు. కొంచం కూడా పరిశోధన చేయకుండానే కేసు క్లోజ్ చేయడానికి ఒప్పుకుంది."

అర్జున్ ఏమీ మాట్లాడలేదు.

"వాళ్ళిద్దరి మధ్య చాలా దూరముంది. నేనే సరిగ్గా గుర్తించలేదు. స్వర్ణ కడుపులో ఉన్నప్పుడు రామాయణాన్ని ప్రతిరోజూ చదివేదాన్ని! రాముడిలాగా తండ్రిని ప్రేమించి, అనుసరించేవాడు పుడతాడనుకునేదాన్ని. అదంతా ఒక పగటి కలలా మిగిలిపోయింది." అంది విచారంగా.

ఇదంతా చాటుగా వింటున్న స్వర్ణకి దుఃఖం ఆగలేదు. నాన్నెప్పుడూ తనని అర్థం చేసుకోలేదనుకుంటే ఇప్పుడు అమ్మ కూడా అలాగే మాట్లాడుతుంది. ఎలాగైనా ఆ హంతుకుణ్ణి పట్టుకోవాలి. కానీ ఎలా? అర్జున్ ఏమీ చెప్పట్లేదు. ఈ ఇస్త్రీ చేసేవాణ్ణి పట్టుకొని చితక్కొడితే వాడు చెప్తాడు అసలు నిజం. ఇలా ఆలోచిస్తూ మళ్ళీ బైటికి వెళ్ళబోయింది.

అప్పటిదాకా మౌనంగా ఉన్న అర్జున్ "నన్ను క్షమించండి. మీరు అంకుల్ ని, మీ అమ్మాయిని పూర్తిగా అర్థం చేసుకోలేదనిపిస్తుంది. వాళ్ళిద్దరి మధ్య మీరనుకున్నంత దూరం లేదు. ఒకరినొకరు నీడలా అనుసరిస్తారు."

విచిత్రంగా చూసింది స్వర్ణ వాళ్ళమ్మ, 'ఇన్నాళ్ళు వీళ్ళతో ఉన్న నాకంటే నీకెక్కువ తెలుసా' అన్నట్టు. కళ్ళు తుడుచుకుంటూ "అర్థమయ్యేలా సరిగ్గా చెప్పు!" అంది. స్వర్ణ కూడా అర్జున్ మాట్లాడేదేమిటో విందామని ఆగింది.

"నాకు తెలిసినంతవరకు, అంకుల్ ఎప్పుడూ గర్వపడేలా ఉండాలని అనుకుంటుంది స్వర్ణక్క. నిజంగా తనకి అంకుల్ ఇష్టం లేకపోతే ఆయనలా పోలీస్ ఆఫీసర్ అయ్యేదికాదు.

మీరన్నట్టు శ్రీరామచంద్రుడు కేవలం తన తండ్రి నోటితో చెప్పిన మాటలకి మాత్రమే ప్రాధాన్యత ఇవ్వలేదు.

దశరథమహారాజు మనసు తెలుసుకొని ప్రవర్తించేవాడు. అందువల్లనే తనను ఖైదు చేసి రాజ్యం తీసుకోమన్నా, వినకుండా అరణ్యానికి వెళ్ళాడు. స్వర్ణక్క కూడా ఆ రోజు ఆక్సిడెంట్ అయిన నన్ను చూసినప్పుడు ఆ పరిస్థితుల్లో అంకుల్ ఏమి చేయమని చెప్పేవారో అదే చేసింది.

అలానే శ్రీరాముడు సైతం తన కుటుంబానికంటే తన ధర్మానికి ఎక్కువ ప్రాధాన్యత ఇచ్చేవాడు. స్వర్ణక్క కూడా ఒక పోలీసుగా తన ధర్మానికి ఎక్కువ ప్రాధాన్యత ఇచ్చి నన్ను కాపాడింది. నేననుకోవడం, అంకుల్ నుండే అక్క ఇంతగా స్ఫూర్తి పొంది ఉంటారు.

నాకు అంకుల్ గురించి పెద్దగా తెలియదు కానీ సి.ఐ.డి ఆఫీసర్లు ఒక పట్టాన ఎవరికీ అర్ధం కారు. స్వర్ణక్కకి తన శత్రువులవల్ల ఆపద రాకూడదని దూరం పెట్టి ఉండవచ్చు. లేదా తను ప్రత్యేక శ్రద్ధ తీసుకోకుండానే తన మార్గంలో వచ్చేలా చేయడానికి కావొచ్చు. ఉదాహరణతో చెప్పాలంటే పిల్లలకి రెండు విధాలుగా నేర్పించవచ్చు. ఒకటి చేయిపట్టి నడిపించడం. రెండవది, కొంచం ముందుకెళ్లి తనను వెతుక్కుంటూ రమ్మని చెప్పడం. రెండు పద్ధతులు పిల్లల్ని ఒకే గమ్యానికి చేరుస్తాయి."

అర్జున్ మాటలకి కొంచం తడపడింది పెద్దావిడ. వీడొక తెలివి తక్కువవాడని చెప్పింది స్వర్ణ. కానీ వీడేమో చాలా తెలివైనవాడిలా మాట్లాడుతున్నాడు. మాటలతో మనస్సులో ప్రశాంతత కలిగించాడు. "అంతా బాగానే ఉంది! కానీ మా ఆయన మరణం వెనకున్న రహస్యం ఎలా తెలుస్తుంది?"

"న్యాయం జరగడానికి కొంత సమయం తప్పకుండా పడుతుంది. అప్పటివరకూ మనం మనల్ని కాపాడుకుంటూ అవకాశం కోసం ఎదురుచూడాలి. ఇప్పటికే స్వర్ణక్క తన తండ్రి మరణానికి తనలోతానే రగిలిపోతుంది.

మీరు ఇలా రెచ్చగొడితే, తాను కూడా వెళ్లి ఏదో ఒక ప్రమాదంలో ఇరుక్కుంటుంది. ఇప్పటికైతే మీరు ఏమీ తెలియనట్టు మాములుగా ఉంటేనే మంచిది." అని అంటుండగా స్వర్ణ లోపలికి వచ్చింది.

వస్తూనే "ఇప్పుడేం చేయమంటావో అది చెప్పు!" అని అడిగింది స్వర్ణ.

"ఒక మంచి అబ్బాయిని చూసి స్వర్ణక్కకి పెళ్లి చేయండి!" అన్నాడు అర్జున్. అందరూ సరదాగా నవ్వారు.

ఇంతలో జీపు వచ్చిన శబ్దమైంది. ఎవరని అటువైపు చూసింది స్వర్ణ. పోలీసు కమీషనర్ ఇంకొక ముగ్గురితో కలిసి హడావిడిగా లోపలికి వచ్చాడు. కమీషనర్ ని చూసి కొంచం తటపటాయించాడు అర్జున్. కానీ బైట పడకుండా ఏమీ తెలియనట్టు మొహం పెట్టాడు.

పోలీసు కమీషనర్ స్వర్ణ వాళ్ళమ్మతో "సారీ అమ్మా! ఇక్కడికి వచ్చి మిమ్మల్ని పరామర్శించడానికి నాకసలు వీలుపడలేదు. శేఖర్ కి జరిగిన విషాదం నుండి మీరు కోలుకున్నారని అనుకుంటాను. స్వర్ణ! వీళ్ళు శేఖర్ ఆఫీస్ వస్తువులు తీసుకోడానికి వచ్చారు. వీళ్ళకి శేఖర్ రూమ్ చూపించు!" అని తనతో వచ్చిన వాళ్ళని చూపించాడు.

స్వర్ణ సందేహంగా "అదీ సర్! ఆ వస్తువులు తీసుకోవడానికి మీరు వచ్చారేంటి? అయినా సి.ఐ.డి ఆఫీస్ వాళ్ళు కదా ఆ వస్తువులు స్వాధీనం చేసుకునేది. ఇంతకీ వీళ్లెవరు?"

పోలీసు కమీషనర్: "వీళ్ళు కూడా ఆ ఆఫీస్ వాళ్ళే. మిమ్మల్ని చూడటానికి నేను వీళ్ళతో కలిసివచ్చాను అంతే! దయచేసి వీళ్ళకి శేఖర్ ఆఫీస్ వస్తువులు ఇచ్చేయ్! "

కమీషనర్ తో రావడంవల్ల, స్వర్ణ వాళ్ళనింకేమీ అడగలేదు! ముగ్గురూ స్వర్ణతో కలిసి శేఖర్ రూములోకి వెళ్లారు.

పోలీసు కమీషనర్ స్వర్ణ వాళ్ళమ్మతో "శేఖర్ చాలా దూకుడుగా డ్రైవ్ చేస్తాడు. ఒకసారి బైక్ మీద అతనితో వెళుతుంటే, కింద పడటంవల్ల నా కాలు కూడా ఫ్రాక్చర్ అయింది. అతన్ని నేను చాలాసార్లు ఈ విషయమై హెచ్చరించాను కూడా! అయినా శేఖర్ లో ఏ మార్పూ కనిపించలేదు. అతను కొంచం బాధ్యతగా డ్రైవ్ చేసుంటే మీకు ఈ కష్టం ఉండేది కాదు. కానీ మనమేమి చేయగలం."

ఆశ్చర్యంగా మొహం పెట్టింది స్వర్ణవాళ్ళమ్మ. అంతలో స్వర్ణ అక్కడికి వచ్చింది.

కమీషనర్ అర్జున్ ని చూపిస్తూ "వీణ్ణి కూడా అలాగే ఎవరో వేగంగా గుద్దేసి పారిపోయారు. ఇప్పుడెలా ఉన్నావు? స్కూలుకి వెళుతున్నావా?"

అర్జున్ అమాయకంగా మొహం పెట్టి "ఇప్పుడు కొంచం ఫర్వాలేదండి. ఇంకా స్కూలుకి వెళ్లడం లేదు. అయిదవ తరగతి పాసైతే కొత్త సైకిల్ కొనిస్తానని నాన్న చెప్పాడు".

అర్జున్ మాటలకి 'వీడు.. వీడి మతిమరుపు' అని తనలో తానే నవ్వుకున్నాడు పోలీసు కమీషనర్.

స్వర్ణ: " సార్! మీ అమ్మాయి ప్రీతి ఎలా ఉంది? అమెరికా నుండి ఎప్పుడు వస్తుంది?" అని అడిగింది.

కమీషనర్: "ఇంకో 2 నెలలలో వస్తానని చెప్పింది. వస్తే నిన్ను కలుస్తుందిలే! మీరిద్దరూ చిన్నప్పటి స్నేహితులు కదా!"

లోపలికి వెళ్లిన ముగ్గురూ శేఖర్ కి సంబంధించిన వస్తువులను తీసుకున్నారు. స్వర్ణ చూపించినవే కాకుండా ఇంకా ఏమైనా ఉన్నాయేమోనని అన్ని వెతకసాగారు.

వాళ్ళు వచ్చేదాకా మాటలలో పెట్టడానికి, కమీషనర్ "శేఖర్ మరణంవల్ల నీకు వచ్చిన కష్టాన్ని అర్థం చేసుకోగలను. శేఖర్ మరణం డిపార్టుమెంటులో ఒక గాఢమైన లోటు సృష్టించింది. అతని తెలివితేటలూ, నిజాయితీ తో ఎన్నో క్లిష్టమైన కేసులు పరిష్కరించాడు. మీకు ఏవిధమైన అవసరం వచ్చినా నన్నడగండి. మీకు ఏదొక సహాయం చేస్తేకానీ నాకు తృప్తి ఉండదు." అన్నాడు స్వర్ణతో.

ఆ మాటలనేటప్పటికి కమీషనర్ ఒక ఆప్తుడులాగా కనిపించాడు స్వర్ణకి. శేఖర్ కి అనేక సంవత్సరాలనుండి కమీషనర్ తో పరిచయం ఉండటంవల్ల, శేఖర్ హత్య కేసులో కమీషనర్ సహాయం చేస్తాడనిపించింది స్వర్ణకి. అర్జున్ చెప్పిన విషయాన్ని కమీషనర్ కి చెప్పి తాను మూర్ఖురాలు కాదని, నిజంగా తన తండ్రిని హత్య చేశారని నమ్మటానికి తగిన సాక్ష్యాలున్నాయని కమీషనర్ కి చెప్పడానికి సిద్ధమైంది స్వర్ణ. అందరి మనసులో ఉన్న విషయాలు గమనిస్తున్నాడు అర్జున్.

'కమీషనర్ తో ఏమీ చెప్పొద్దని' సైగ చేయడానికి ప్రయత్నించాడు అర్జున్. కానీ స్వర్ణ అవేమీ పట్టించుకోకుండా "సర్! మీతో ఒక విషయం మాట్లాడాలి!" అంది.

ఇక ఆలస్యం చేస్తే పరిస్థితి చేజారిపోతుందని గ్రహించిన అర్జున్ తలని పట్టుకొని "అమ్మా" అంటూ కింద పడిపోయాడు. స్వర్ణ "ఏమైంది అర్జున్?" అంటూ అతన్ని పట్టుకుంది. "తల చాలా నొప్పిగా ఉంది! దయచేసి

కొంచం త్వరగా మా ఇంటికి తీసుకెళ్లండి" అన్నాడు అర్జున్ బాధగా.

"సారీ సర్! నేను మీతో తర్వాత మాట్లాడతాను!" అని స్వర్ణ అర్జున్ని తీసుకొని తన జీపులో అక్కడినుండి వెళ్ళిపోయింది. ఇంతలో లోపలికెళ్లిన ముగ్గురూ బైటికి వచ్చారు. అప్పటికే స్వర్ణ, అర్జున్ అక్కడ లేరు. కమీషనర్ వాళ్లతో ఏదో గుసగుసలాడాడు. కొంచం సేపటికి కమీషనర్, వాళ్లతో కలిసి శేఖర్ వస్తువులు తీసుకొని అక్కడినుండి వెళ్ళిపోయాడు.

పక్క సీటులో కూర్చోపెట్టుకొని వేగంగా డ్రైవ్ చేసుకుంటూ అర్జున్ వాళ్లింటి వైపు వెళ్ళసాగింది స్వర్ణ.

"అర్జున్! నొప్పి ఎక్కువగా ఉందా? పోనీ! హాస్పిటల్ కి తీసుకొని వెళ్లేదా?"

"అవసరంలేదు! ఇక్కడ ఆపితే నేను మా ఇంటికి వెళతాను!" అన్నాడు అర్జున్.

"అంటే ఇప్పుడు నీకు నొప్పేమీ లేదా?"

"లేదు! నువ్వు ఆ కమీషనర్ కి నే చెప్పిన విషయం చెప్తావేమోనని అలా చేశాను!"

జీపుని పక్కన ఆపింది స్వర్ణ.

"కమీషనర్ చాలా నిజాయితీ ఉన్న వ్యక్తి. మా కుటుంబానికి చాలా కాలంగా తెలుసు. నాన్న గారికి మంచి స్నేహితుడు!"

ఇంతలో స్వర్ణ ఫోన్ రింగైంది. వాళ్ళమ్మ దగ్గరినుండి.

"చెప్పమ్మా! ఏమైంది?" అడిగింది స్వర్ణ.

"కమీషనర్ మీ నాన్నగారి ఆఫీస్ వస్తువులు తీసుకొని ఇందాకే వెళ్ళిపోయాడు. ఇప్పుడే సి.ఐ.డి ఆఫీసు నుండి

ఫోన్ వచ్చింది. వాళ్ళు మీ నాన్నగారి ఆఫీస్ వస్తువులు తీసుకోవడానికి ఎప్పుడు రావాలని అడుగుతున్నారు. ఏం చెప్పమంటావు? "

ఆలోచనలో పడింది స్వర్ణ. ఇందాకనే కదా కమీషనర్ వచ్చి అన్నీ తీసుకెళ్లారు. ఒక్క నిముషం ఉండమని కమీషనర్ కి కాల్ చేసింది.

"సర్! సి.ఐ.డి. డిపార్ట్మెంట్ నుండి ఫోన్ వచ్చింది. నాన్న ఆఫీస్ వస్తువులు కావాలని అడుగుతున్నారు. మీతో వచ్చిన వాళ్ళు అన్ని వస్తువులూ తీసుకోలేదా? ఏమైనా మరిచిపోయారా?".

కొంచం తడబడ్డాడు కమీషనర్. "అవునా? ఎక్కడో ఏదో పొరపాటు జరిగింది. 'ఇంట్లో మీ నాన్నగారి వస్తువులేవీ లేవు, కావాలంటే వచ్చి చెక్ చేసుకొమ్మని' చెప్పు. వాళ్లే వచ్చి చూసుకుంటారు. నాకు వేరే ముఖ్యమైన కాల్ వస్తుంది. నేను మళ్ళీ కాల్ చేస్తా" అని ఫోన్ పెట్టేసాడు కమీషనర్.

నమ్మలేనట్టుగా అర్జున్ వైపు చూస్తూ "అంటే కమీషనర్ కూడా.."

"నేను చెప్పాను కదా! చాలా మంది 'అతని' కింద పని చేస్తున్నారని."

"ఎవరు మంచివాళ్ళో ఎవరు చెడ్డవాళ్ళో అసలు అర్థం కావడంలేదు."

"అందుకే నేను చెప్పేది విను. ఇప్పుడు తొందరపడటం ఎవరికీ మంచిదికాదు. మీ నాన్నని చంపినవాణ్ణి తప్పకుండా శిక్షిద్దాం! వాడి అనుచరులను, సహాయం చేసేవాళ్ళందరినీ కూడా శిక్షిద్దాం. నన్ను పూర్తిగా నమ్మితే, మనిద్దరం కలిసి పని చేద్దాం. కానీ నేను చెప్పింది ఖచ్చితంగా వింటానని నాకు మాటివ్వు."

"మాటిస్తాను! కానీ మా నాన్నని చంపినవాణ్ణి నేనే చంపాలి! అలాగైతేనే మాటిస్తాను."

సరేనన్నాడు అర్జున్.

"ఇప్పుడు లంచ్ ఎలా? నిన్ను ఆకలితో మీ ఇంటికి తీసుకెళితే, మీ అమ్మ నిన్ను మళ్ళీ నాతో పంపించదు."

"ఇక్కడికి దగ్గరలో ఏదైనా ఒక హొటల్ కి వెళ్దాం. అక్కడ ఏమైనా తినొచ్చు!"

సరేనంటూ ఇద్దరూ ఆ హొటల్ వైపు జీపులో వెళ్లసాగారు.

స్వర్ణ "అన్నట్టు నువ్వు మా అమ్మతో మా గురించి చెప్పినదంతా నిజం కాదు. నా గురించైతే సరిగ్గానే చెప్పావు. నాకు మా నాన్నంటే చాలా ఇష్టం. కానీ ఆయనకి నేనంటే అస్సలు ఇష్టం లేదు. ఆయనకి కొడుకు కావాలి. ఒక్క రోజు కూడా నన్ను ప్రేమగా పలకరించలేదు, ఆదరించలేదు. ఒకసారి నేను చిన్నప్పుడు సైకిల్ మీద వెళుతూ కొంచెంలో పక్కనే వెళుతున్న లారీ కింద పడేదాన్ని. అప్పుడు నేను చాలా భయపడ్డాను. అంతే! అది పట్టుకున్నాడు. అప్పటినుండి ప్రతిదానికీ నేను చాలా భయపడతానని ముద్ర వేసేశాడు. 2 సంవత్సరాల క్రితం నా మొదటి నెల జీతంతో మంచి స్మార్ట్ ఫోన్ కొనిచ్చాను. కనీసం ఆ ఫోన్ మీద ఉన్న కవర్ కూడా తీయలేదు. ఏరోజుకైనా ఆయన నన్ను చూసి గర్వపడేలా చేయాలనీ, అప్పుడు ప్రేమతో నన్ను దగ్గరికి తీసుకుంటాడని అనుకున్నాను. నా కల అలానే మిగిలిపోయింది. ఆయన వెళ్ళిపోయాడు!" అంది చాలా ఉద్వేగంగా.

అర్జున్ మాత్రం నిర్లిప్తంగా బైటికి చూస్తున్నాడు. తనుచెప్పిన మాటలమీద అర్జున్ కి ఆసక్తి లేదని గ్రహించింది స్వర్ణ.

"నా పర్సనల్ విషయాలు చెప్పి బోర్ కొడుతున్నట్టున్నాను".

అర్జున్ అయినా ఏమీ మాట్లాడలేదు. కానీ అతను తాను చెప్పేది వింటున్నాడని అర్థమైంది స్వర్ణకి.

"అయినా ఆ ఇస్త్రీ చేసేవాడు నాకు ఫోన్ నెంబర్ ఇవ్వడానికి ఎందుకంత కంగారుపడ్డాడో నాకు అర్థం కావడంలేదు"

"అకస్మాత్తుగా అతని వద్దకి వెళ్ళి ఫోన్ నెంబర్ అడిగేటప్పటికి, నీకు వాడిమీద అనుమానమొచ్చిందని అనుకునిఉంటాడు. నువ్వు ఆ నెంబర్ కాల్ హిస్టరీ ఏమైనా చెక్ చేస్తావేమోనని భయపడి ఉంటాడు." అన్నాడు అర్జున్.

"వాడికి భార్య, కొడుకు ఊళ్ళో ఉన్నారని చెప్పాడు, కానీ ఒక్కసారి కూడా వాళ్ళిక్కడికి రాలేదు." అంది స్వర్ణ.

"ఇందాక మనం వచ్చేటప్పుడు వాడి దగ్గర ముగ్గురు నిలబడి ఉన్నారు. గమనించావా?"

"అవును. చూశాను!".

"వాళ్ళని ఇంతకు ముందు మీ ఇంటి చుట్టుపక్కల చూశావా?"

"లేదు! వాళ్ళని ఇంతకు ముందు ఎప్పుడూ చూడలేదు."

"వాళ్ళు మనల్ని చంపడానికి వచ్చారనుకుంటాను. కమీషనర్ మీ నాన్నగారి వస్తువులు తీసుకొని మనల్నందరినీ చంపడానికి పథకం వేశాడు!" అన్నాడు అర్జున్. అతని మాటల్లో ఏదో తెలియని విశ్వాసం కనిపించింది స్వర్ణకి. ఇక నోటమాట రాలేదు. నాన్న ధ్యాసలో పడి, తన చుట్టూ ఏం జరుగుతుందో కూడా సరిగ్గా పట్టించుకోవట్లేదు స్వర్ణ.

"ఇంటికెళ్ళాక ఆ ఇ(స్త్రీ వాడి పని చెప్తాను." అంది స్వర్ణ ఆవేశంగా.

"నువ్వు ప్రతిదానికీ ఆవేశ పడకు. నీకు అనుమానం వచ్చింది కాబట్టి ఆ ఇ(స్త్రీ వాడు మళ్ళీ మీ ఇంటిదగ్గరికి రాడు. నేను చెప్పిన విషయాలు చాలా రహస్యంగా ఉంచడం మనిద్దరికీ మంచిది."

సరేనన్నట్టుగా తలూపుతూ స్వర్ణ "నువ్వు అలవోకగా చెప్పిన విషయాలు నన్ను ఆలోచనలో పడేస్తున్నాయి. నేను నీ మీద ప్రత్యేక శ్రద్ధ చూపించడం చూసి నువ్వు నాకు నిజం చెప్పేశావని కమీషనర్ అనుమానించాడని అనుకుంటా! ఏదేమైనా మమ్మల్ని కాపాడినందుకు థాంక్స్! ఇంకొక విషయం. నేను మా నాన్న ధ్యాసలోపడి ఈ మధ్య కేసుల్ని పట్టించుకోలేదు. ముఖ్యమైన కేసులు కూడా అలా పెండింగులో పెట్టేశాను. ఆ కేసులు త్వరగా పరిష్కరించడానికి నువ్వేమన్నా సహాయం చేయగలవా?"

"తప్పకుండా సహాయం చేస్తాను కానీ నువ్వు నేను చెప్పినట్టు వినాలి. ఒక్కొక్కసారి నీకు వివరంగా చెప్పడానికి కుదరకపోవచ్చు. మీ నాన్న కేసులో నువ్వు ముఖ్యంగా అర్థం చేసుకోవాల్సిందే మిటంటే వాళ్ళకి మన గురించి పూర్తిగా తెలుసు. మనకి వాళ్ళ గురించి కొంచం కూడా తెలియదు. కాబట్టి జాగ్రత్తగా ఉండటం చాలా మంచిది."

"ఒకే. ఇక నువ్వెలాగంటే అలాగే!" అంది స్వర్ణ. లంచ్ అయిపోయాక అర్జున్ ని వాళ్ళ ఇంటి దగ్గర డ్రాప్ చేసింది స్వర్ణ.

అర్జున్ ఇంటికి వెళ్ళేటప్పటి మధ్యాహ్నం 3 గంటలైంది. అప్పటికి ఇంట్లో వాళ్ళమ్మ, నాన్నల మధ్య వేడి చర్చ జరుగుతుంది. అర్జున్ నెమ్మదిగా ఇంట్లోకి వెళ్ళాడు.

"ఆ.. అర్జున్ వచ్చావా? నీకిప్పుడే కాల్ చేద్దామని అనుకుంటున్నా? లంచ్ చేశావా?" అడిగింది ప్రభ.

చేసానన్నట్టుగా తలూపాడు అర్జున్.

అశోక్ వైపు తిగిరి "మీరు ఎన్నైనా చెప్పండి. ఈసారి నేను ఛాన్స్ తీసుకోను. మీరు నలభై వేలు ఇవ్వాల్సిందే! నేను ఆ స్వామీజీకిచ్చి అర్జున్ పేరు మీద ప్రత్యేక హోమం చేయిస్తాను. అర్జున్ బాగుంటే అంతే చాలు!"

వాళ్లిద్దరూ ఇంకా భోజనం చేయలేదని గ్రహించాడు అర్జున్.

అప్పటికే ప్రభకి నచ్చచెప్పడానికి ప్రయత్నించి అలిసిపోయాడు అశోక్. ఇక దిగి వచ్చి "సరే ఇస్తానులే! కొంచం టైం ఇవ్వు. ఇప్పటికే హాస్పిటల్ కి, మందులకు చాలా డబ్బు ఖర్చుపెట్టాను! ఇంకా మనం డాక్టర్ అరవింద్ ని కలవాలి. నెల ఖర్చులకి కూడా డబ్బు కావాలి కదా! వచ్చేనెల జీతం రాంగాల్నే నీకు నలభై వేలిస్తాను. సరేనా? వెళ్లి భోజనం చేద్దాం పద!"

కొంచం అయిష్టంగానే ఒప్పుకుంది ప్రభ.

సోమవారం, 10 డిసెంబర్. వారంరోజుల సెలవు తర్వాత అశోక్ ఆఫీసుకి వెళ్ళాడు. డాక్టర్ని కలవడానికి మంగళవారం సగంరోజు సెలవు కావాలనేటప్పటికి వాళ్ళ మేనేజర్ రవి చిరాకు పడ్డాడు. కానీ చేసేదేమీ లేక అశోక్ కి కావాల్సిన సెలవిచ్చాడు.

మంగళవారం, 11 డిసెంబర్. ఉదయం డాక్టర్ అరవింద్ హాస్పిటల్ కి ముగ్గురూ కలిసి వెళ్లారు. ఆ హాస్పిటల్ సిటీకి కొంచం దూరంగా, ప్రశాంతమైన వాతావరణంలో ఉంటుంది. వాళ్ళని ఒంటరిగా పంపడం ఇష్టంలేక, అశోక్ కూడా వాళ్లతో కలిసి వెళ్ళాడు.

కొంచం సేపు ఎదురు చూసిన తర్వాత డాక్టర్ దగ్గరికి రమ్మని పిలుపొచ్చింది. ముగ్గురూ లోపలికి వెళ్లారు.

"హాయ్ అర్జున్! ఎలా ఉన్నావు?" చిరునవ్వుతో పలకరించాడు డాక్టర్ అరవింద్.

అర్జున్ "బాగానే ఉంది. తలకి తగిలిన గాయందగ్గర అప్పుడప్పుడూ నొప్పి వస్తుంది. మిగిలినదంతా బాగానే ఉంది".

ఇంతలో అర్జున్ మెడికల్ రిపోర్టులని అరవింద్ కి ఇచ్చాడు అశోక్. రిపోర్టులన్నీ పరిశీలించి అరవింద్ "రిపోర్టులన్నీ బాగానే ఉన్నాయి! మీరు గాయం మానడానికి ఆ డాక్టర్లు ఇచ్చిన మందులు వాడితే సరిపోతుంది."

అశోక్, ప్రభ చాలా సంతోషించారు.

ప్రభ కొంచం ఉత్సాహంగా "ఇది జరిగిన తర్వాత అర్జున్ కొంచం వింతగా ప్రవర్తిస్తున్నాడు. మన మనసులో ఏమనుకున్నా వాడికి ఇట్టే తెలిసిపోతుంది."

కొంచం ఆశ్చర్యంగా మొహం పెట్టాడు అరవింద్.

ప్రభ "అంటే మీరు మీ పేషెంట్స్ సమస్యలు వాళ్ళు చెప్పకపోయినా, చెప్పలేకపోయినా ఎలా తెలుసుకుంటారో అలానే అర్జున్ కూడా ఎదుటివాళ్ళనుకునేవన్నీ తనకి తెలుస్తున్నాయని చెపుతున్నాడు"

అరవింద్ "అర్జున్! నువ్వు కొంచం బైటికి వెళ్ళు. నేను మీ పేరెంట్స్ తో మాట్లాడి పంపిస్తాను." అన్నాడు. అర్జున్ బైటికి వెళ్ళాడు.

అరవింద్ ఆలోచిస్తూ "మేడం! అర్జున్ ఇలా ఎప్పటినుండి అంటున్నాడు?"

"ఆక్సిడెంట్ జరిగిన తర్వాత!"

"అవునా? అదేమంత మంచి మార్పుకాదు. వాడేదో భ్రమ పడుతున్నాడు. ఆక్సిడెంట్ తర్వాత ఏమైనా భయంగా కనిపించాడా? రోజూ సరిగ్గా నిద్ర పోతున్నాడా?"

"అవునండి! ఆక్సిడెంట్ తర్వాత వాడు చాలా భయపడుతున్నాడు. రాత్రి కూడా సరిగ్గా నిద్రపోవడంలేదు. ఆ ఆక్సిడెంట్ గురించి మాట్లాడితే, మౌనంగా ఉండిపోతాడు!" అన్నారు ప్రభ, అశోక్ ఒకేసారి.

"అర్జున్ ఆక్సిడెంట్ వల్ల బాగా భయపడ్డట్టున్నాడు. అలాంటప్పుడు ఏదో ఒకటి అనుకోవడం, అదే నిజమని నమ్మడం జరుగుతుంది. నిజానికి వేరేవాళ్ళ మనసులో విషయాలు తెలుసుకునే విద్యేమీ లేదు. కానీ ఒక్కోసారి అలా కనిపిస్తుంది. ఉదాహరణకి ఇప్పుడు నేను మీతో కాఫీ తాగడానికి వెళదాం అన్నానని అనుకోండి. సరిగ్గా అప్పుడే మీరు కూడా కాఫీ తాగుదామని అనుకుంటున్నారని అనుకోండి. మీ మనసులో ఉన్నది నాకు తెలుసని మీరనుకుంటారు. కానీ యాదృచ్ఛికంగా లేదా సమయానుగుణంగా మన అభిప్రాయాలు కలిశాయంతే!!

నిజానికి మాకు కూడా అటువంటి శక్తేమీ లేదు. మేము డాక్టర్ చదివేటప్పుడు ఇలాంటి కేసులు చాలా స్టడీ చేస్తాము. అందులో ఎవరు ఎలా ప్రవర్తిస్తుంటారని నేర్చుకుంటాము. దీనికి మా అనుభవం కూడా జత చేస్తే రోగి ఏమనుకుంటున్నాడు, ఏం చేస్తాడు, ఎలా ట్రీట్మెంట్

ఇవ్వాలో మాకు అర్థమవుతుంది. అంతే! ఇందులో మ్యాజిక్ ఏమీ లేదు. మీరు చెప్పేదాన్నిబట్టి అర్జున్ ఒక మానసిక సమస్యతో బాధపడుతున్నాడని అర్థమవుతుంది. నేను మెడిసిన్ ఇస్తాను. అవి అర్జున్ సరిగ్గా వాడేలా మీరు చూసుకోండి. " అని గబా గబా కొన్ని మందులు రాసిచ్చాడు అరవింద్.

"మీరు ఈ మందులు మూడు వారాలపాటు వాడాలి. వీటివల్ల అర్జున్ కి కొంచం నిద్ర ఎక్కువగా వస్తుంది. రెండు వారాల్లోనే అర్జున్ కి ఇలా అనిపించడం తగ్గిపోతుంది. ఒకవేళ మూడువారాలకి కూడా తగ్గకపోతే మీరు అర్జున్ ని ఇక్కడ చేర్పించాల్సివుంటుంది."

అశోక్, ముఖ్యంగా ప్రభ చాలా నిరాశకి గురయ్యారు. సరేనని అక్కడినుండి వాళ్లిద్దరూ బైటికి వచ్చారు. కావలసిన మందులు తీసుకొని అక్కడి నుండి వాళ్ళు ముగ్గురూ ఇంటికెళ్లిపోయారు.

గురువారం, 13 డిసెంబర్. పోలీసు కమీషనర్ ముఖ్యమంత్రిని కలవడానికి వాళ్ళింటికి వెళ్ళాడు. సమయం రాత్రి తొమ్మిదైంది. ముఖ్యమంత్రి, రౌడీ సత్తి మందు తాగుతూ ఏదో మాట్లాడుకుంటున్నారు.

సీఎం సుందరం: "రావయ్యా కమిషనరూ! నీ గురించే అనుకుంటున్నాము. "

పోలీసు కమీషనర్ : "ఎలా జరిగింది సర్ మీ కేరళ ట్రిప్? అక్కడి పార్టీ వాళ్లతో మాట్లాడారా? వాళ్ళు మనకి మద్ధతిస్తున్నారా?"

సుందరం, సత్తి ఒకరినొకరు చూసుకొని చిరునవ్వు నవ్వారు.

సుందరం: " కేవలం అక్కడి పార్టీ వాళ్ళ మద్ధతుకోసమే మేమెక్కడికి వెళ్ళలేదు. వాళ్ళు మనకి మద్ధతిస్తున్నామని ముందే చెప్పారు. అంతకంటే ముఖ్యమైన పని కోసం అక్కడికి వెళ్ళాం.!"

పోలీసు కమీషనర్ ఆశ్చర్యంగా "ఇంకేమి చేశారు సర్?" అని అడిగాడు.

సత్తి: "మన సార్ చాలా పెద్ధ ప్లాను వేశారు. దేశంలో ఉన్న నేరస్తుల్ని, రౌడీషీటర్లందరిని తన చేతికిందకి తెచ్చుకోబోతున్నారు. ఇప్పటివరకూ ఇలా ఎవరూ ఆలోచించలేదు."

అర్ధంకానట్టు మొహం పెట్టాడు కమీషనర్.

సుందరం: "మనకి అక్కడి నాయకుల మద్ధతుతో పాటు అక్కడి రౌడీల సపోర్ట్ కూడా కావాలి. రాజకీయనాయకులని మనం నమ్మలేము. చిన్న కారణం దొరికితే వేరే పార్టీకి వెళ్ళిపోతారు. అందుకే కేరళలో ఉన్న పెద్ధ పెద్ధ రౌడీలందరినీ కలిసి వాళ్ళు మనకి అనుకూలంగా ఉండేలా

చేశాము. ఇప్పుడు వాళ్ళందరూ కూడా మనమేం చెప్తే అది చేస్తారు."

కమీషనర్: "అద్భుతం! మీ ఆలోచనలు, ఎత్తుగడలూ అర్ధం చేసుకోవడం ఎవరివల్లా కాదు."

రౌడీ సత్తి: "ఇదైతే నూటికి నూరుపాళ్లు నిజం. ఇలానే మన దేశంలోని ముఖ్యమైన రాష్ట్రాలలోని అందరు రౌడీలను, క్రిమినల్స్ ని మనకి అనుకూలంగా మార్చడానికి ఏర్పాటు చేస్తున్నాము. వాళ్ళు ఎంత డబ్బడిగితే అంత పడేస్తున్నాము. అదేకనక పూర్తయితే మన సారు ప్రధానమంత్రి అవడం ఎంతో తేలిక!"

సుందరం: "అవును! అది ఏర్పాటైన తర్వాత నన్ను ఎదిరించేవాడే ఉండడు. ఇక నేను ప్రధానమంత్రిగా శాశ్వతంగా ఉండిపోతాను. అది జరగడానికి మనమింకా చాలా చేయాలి. మూడు నెలలలోగా ఇదంతా పూర్తయితే వాళ్లందరినీ ఇక్కడికి పిలిపించి పెద్ద సమావేశం ఏర్పాటు చేస్తాను. ఇంతకీ నీకిచ్చిన పని పూర్తయినట్టేనా? న్యూస్ లో ఏమీ రాలేదే? అయినా ఎస్సై చనిపోతే పెద్ద న్యూస్ ఎందుకవుతుందిలే?"

కమీషనర్: "సారీ సర్! వాళ్ళని చంపడం కుదరలేదు. మనవాళ్ళు శేఖర్ వస్తువులన్నీ తెచ్చేలోపల ఆ పిల్లాడికి ఏదో నొప్పి వచ్చింది. స్వర్ణ హడావిడిగా వాణ్ని తీసుకొని అక్కడినుండి వెళ్ళిపోయింది. అయినా వాడికి చాలా మతిమరుపట. ఏమీ గుర్తుండవట! నన్ను కూడా వాడు గుర్తు పట్టలేదు. అదీకాక స్వర్ణ కూడా నాతో మామూలుగానే మాట్లాడింది. స్వర్ణకి వాడు మనగురించి ఏమాత్రం చెప్పినా తనలా ఉండదు. స్వర్ణ గురించి నాకు బాగా తెలుసు. స్వర్ణ చాలా దుడుకు స్వభావం కలది."

ఇద్దరూ కమీషనర్ చెప్పేది నిశ్శబ్దంగా వింటున్నారు.

కమీషనర్: "ఈ విషయం ఇక్కడితో వదిలేయడం మంచిదని నాకనిపిస్తుంది. శేఖర్ వస్తువులన్నీ మనవాళ్ళు ఇప్పటికే తగలపెట్టేశారు. అనుమానం వచ్చినా, ఎవరికీ ఏ ఆధారం దొరకదు. "

రౌడీ సత్తి: "నాకూ అదే అనిపిస్తుంది. వీడి మీద ఎక్కువ సమయం వ్యర్థం చేయడమెందుకు? అయినా వాడు చిన్న పిల్లాడు. ఏమైనా ప్రాబ్లెమ్ చేస్తే తర్వాత చూద్దాం. ఇంకా మనకి చాలా పని ఉంది. ఎన్నికలు కూడా దగ్గర పడుతున్నాయి."

సుందరం మందు తాగుతూ సరే అన్నట్టుగా తలూపాడు.

కమీషనర్: "ఈ సందర్భంలో మీకొక ఆసక్తికరమైన విషయం చెప్పాలి! సుమారు 12 సంవత్సరాల క్రితం మీ తమ్ముడు కాళీ ఒక చిన్న పిల్లవాణ్ణి బిల్డింగ్ మీద నుండి కింద పడేశాడు. గుర్తుందా?"

ఒక్కసారిగా ఉలిక్కిపడ్డాడు సుందరం.

సుందరం: "అవును! నేనెందుకు మరిచిపోతాను? దానివల్లే కదా నా తమ్ముడు నాకు దూరమయ్యాడు. అయినా ఆవిషయం ఇప్పుడెందుకు?"

కమీషనర్: "ఎందుకంటే ఆరోజు మీ తమ్ముడు కింద పడేసిన పిల్లాడు, ఇవ్వాళ మనం చంపాలని చూస్తున్న పిల్లాడు, ఇద్దరూ ఒక్కటే!"

సుందరం ఒక్కసారిగా కుర్చీలోనుండి లేచాడు. అతని మొహం సీరియస్ గా మారిపోయింది.

సుందరం: "నువ్వు చెప్పింది నిజమైతే, మనం ఆ పిల్లాణ్ణి సాధ్యమైనంత త్వరగా చంపేయాలి. "

అర్థం కానట్టు మొహం పెట్టారు సత్తి, కమీషనర్.

సుందరం: "వాడిప్పటికే మన నుండి నాలుగు సార్లు తప్పించుకున్నాడు. మొదట కాళీ నుండి, తర్వాత నా నుండి, తర్వాత హాస్పిటల్లో ఈ సత్తి గర్ల్ ఫ్రెండ్(నర్స్) నుండి, ఇప్పుడు నీ నుండి. వాడెందుకో మనకు తప్పక ప్రాబ్లెమ్ తెస్తాడని అనిపిస్తుంది. మనం కారుతో గుద్దిన రోజే వాడు చచ్చాడో లేదో సరిగ్గా చూసుంటే సరిపోయేది. ఆ రోజు నువ్వు చెప్పింది విని అనవసరంగా వదిలేశాను!"

సుందరం అనుకున్నది జరగాలని పట్టుపట్టే వ్యక్తి. అతని ఆలోచనలని ఊహించడం ఎవరికీ సాధ్యం కాదు. కమీషనర్ ఏమీ మాట్లాడలేదు.

సుందరం: "కానీ ఒక్కటి గుర్తు పెట్టుకో! వాడి హత్య చాలా సహజంగా ఉండాలి. నేను ప్రధాన మంత్రి కావడానికి చాలామందిని ప్రోగేస్తున్నాను. వాళ్ళందరూ ఇప్పుడు మనతో ఉంటున్నారు కానీ మనకి విధేయులేమీ కాదు. ఏ చిన్న కారణం దొరికినా మనల్ని పక్కకి తోసేస్తారు. కాబట్టి ఈ హత్యలో మన వివరాలు ఎక్కడా కూడా బైటికి రాకూడదు. కాళీకి కూడా అదే చెప్పేవాణ్ణి. వాడు అస్సలు చెప్పిన మాట వినేవాడు కాదు. అందరిముందు ఆ నేరం చేయడంవల్ల వాణ్ని దూరం చేసుకోవాల్సివచ్చింది."

కమీషనర్: "సరే సార్! ఈసారి నేను ఇంకా బాగా ప్లాన్ చేస్తాను. వాడి హత్య జరిగిన విషయం కూడా కొన్ని రోజులవరకూ ఎవరికీ తెలియదు. అయితే ఎస్సై స్వర్ణని మాత్రం వదిలేస్తాను. వాళ్ళు మాకు ఫామిలీ ఫ్రెండ్స్ కూడా! వాళ్ళవల్ల పెద్ద ప్రమాదమేమీ లేదు."

సుందరం: "సరే నీ ఇష్టం! కానీ ఎస్సై మీద కూడా ఒక కన్నేసి ఉంచు. మేము రేపటినుండి ఉత్తరం వైపు ఉన్న రాష్ట్రాలకి వెళ్తాము. అక్కడ ఉన్న పార్టీల మద్దతు సంపాదించాలి. అలాగే అక్కడి నేరస్తుల్ని, రౌడీలని కలుసుకోవాలి. మేము చాలా బిజీగా ఉంటాము. కాళీ ఉంటే,

వాడు ఈ పనులన్నీ బాగా చేసేవాడు. ప్రస్తుతానికి ఈ సత్తి ఆ నేరస్తులందరినీ మన దగ్గరికి చేర్చడంలో ముఖ్యమైనవాడు. అందువల్ల వీడి మీద ఉన్న కేసులన్నీ వెంటనే క్లోసుచేసేయ్! "

కమీషనర్: "సరే సర్!" అని అక్కడి నుండి వెళ్ళబోయాడు.

సుందరం: "ఏంటి? మందు తాగకుండా పోతావా ఇక్కడినుండి? నాకు నీ మీద కోపమేమీ లేదు. రా కూర్చో! ఆ అబ్బాయిని చంపేసిన తర్వాత నీకు ప్రమోషన్ వచ్చేటట్టు చేస్తాను." అన్నాడు చిన్నగా నవ్వుతూ!

కమీషనర్ కూడా నవ్వుతూ వాళ్ళతో మందు తాగాడు.

అరవింద్ ఇచ్చిన మందుల వల్ల అర్జున్ కి బాగా నిద్ర రావడం మొదలైంది. ప్రభ కూడా అర్జున్ మీద ప్రత్యేక శ్రద్ధ పెట్టి మందులు మింగించేది. అర్జున్ పగలు, రాత్రి అని లేకుండా చాలా సేపు నిద్ర పోయేవాడు. ఇలా 4 రోజులు గడిచాయి.

శనివారం, 15 డిసెంబర్. రాత్రి ముగ్గురూ భోజనం చేశారు. తర్వాత అర్జున్ ఫోన్ రింగైంది. అర్జున్ ఫోన్ మాట్లాడి, ప్రభ దగ్గరికి వచ్చాడు. "అమ్మా! రేపు రాహుల్ వాళ్ళమ్మతో కలిసి మన ఇంటికి వస్తానంటున్నాడు. లంచ్ తర్వాత వస్తామని చెప్పాడు."

ప్రభ: "రాహుల్ ఒక్కడొస్తే సరిపోతుంది కదా! వాళ్ళమ్మ కూడా ఎందుకు?"

అర్జున్ ఏమీ మాట్లాడలేదు.

అశోక్ కలుగచేసుకొని "అలా అంటావేమిటి? వస్తే రానీ! రాహుల్ చిన్న పిల్లాడు. వాడొక్కడు ఎలా వస్తాడు? అర్జున్ కి ఇంకెవరూ స్నేహితులు లేరు. స్కూలులో ఏమి జరుగుతుందో వీడికి ఎలా తెలుస్తుంది?"

"రాహుల్ వస్తే నాకేమీ ఇబ్బంది లేదు. వాళ్ళమ్మ మీనా వస్తేనే సమస్య! వాళ్ళింటి సమస్యలన్నీ చెప్పి నా బుర్ర తింటుంది. 'మా ఆయన నన్ను సరిగ్గా చూడడు. మా అత్త సరిగ్గా ఉండదు. రాహులేమో చెప్పిన మాట వినడు' ఇలా చెప్తుంటే చాలా చిరాకుగా ఉంటుంది." అంది ప్రభ అర్జున్ అక్కడి నుండి టీవీ చూడటానికి వెళ్తే బాగుంటుంది అనుకుంటూ. ఎందుకంటే మీనా అర్జున్ ని చాలా చులకనగా చూస్తుందని అర్జున్ ముందు చెప్పడం ఇష్టం లేక.

అర్జున్ ఇంకా అక్కడే నిలబడి ఉన్నాడు. 'అంటే అర్జున్ కి ఇప్పుడు ఎదుటి వాళ్ళ మనసులోనివేమీ

తెలియట్లేదన్నమాట. అరవింద్ సరిగ్గానే చెప్పాడు. అయినా వేరేవాళ్ళ మనసు తెలియదేమిటి? నా పిచ్చి కానీ? మన మనస్సే మనకి తెలియదు!' అనుకుంటూ ప్రభ అర్జున్ తో "అర్జున్! నువ్వెళ్ళి టీవీ చూడు" అంది.

"లేదమ్మా! నాకు నిద్ర వస్తుంది. నేనెళ్ళి పడుకుంటాను" అని అక్కడి నుండి వెళ్ళిపోయాడు అర్జున్.

ప్రభ "రాహుల్ వాళ్ళమ్మ అర్జున్ ని మంచిగా చూడదు. చాలా చులకనగా చూస్తుంది. నోటికొచ్చినట్టు వాగుతుంది. అయినా ఆవిడెవరు అర్జున్ని తక్కువ చేసి మాట్లాడటానికి? రేపు వచ్చినప్పుడు అనవసరంగా అర్జున్ని ఏమైనా అంటే ఆవిడకి గట్టిగా బదులిస్తాను." అంది కోపంగా.

అశోక్ ప్రభని కొంచం శాంతపరుస్తూ "అవునా? ఆ విషయం ఆమెతో కొంచం నెమ్మదిగా చెప్పు. రాహుల్ అయితే మంచివాడు, పైగా అర్జున్ అంటే వాడికి చాలా ఇష్టం. నేనే వాణ్ని రేపు మనింటికి రమ్మన్నాను. అర్జున్ మిస్సైన క్లాసులు వాడికి చెప్తాడని పిలిచాను. కాబట్టి కొంచం అలోచించి మాట్లాడు. అర్జున్ని ఎగ్జామ్స్ కి పంపటంలేదనే విషయం రాహులవల్లనే నాకు తెలిసింది. నేను వెంటనే వెళ్లి హెడ్ మాస్టర్ తో గొడవపడి, ఆయన్ని ఒప్పించాను. రాహుల్ రాకపోతే, మనకి స్కూలు విషయాలు చెప్పేవాళ్ళేవరూ ఉండరు. జాగ్రత్త!".

ప్రభ కొంచం మెత్తబడింది. కానీ అర్జున్ భవిష్యత్తు ఎలా ఉంటుందో అని బాధ పడసాగింది.

(సశేషం)

www.ingramcontent.com/pod-product-compliance
Lightning Source LLC
LaVergne TN
LVHW042113210825
819277LV00034B/263
* 9 7 8 9 3 5 6 2 1 0 4 5 5 *